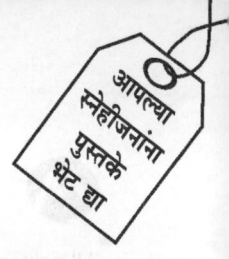

माझ्या
बापाची
पेंड

द. मा. मिरासदार

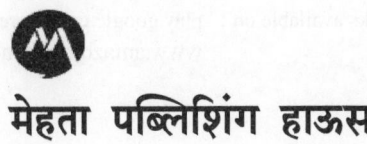

मेहता पब्लिशिंग हाऊस

Please contact us at **Mehta Publishing House,** Pune.
E-mail : production@mehtapublishinghouse.com
Website : www.mehtapublishinghouse.com

MAZYA BAPACHI PEND by D. M. MIRASDAR

माझ्या बापाची पेंड : द. मा. मिरासदार / विनोदी कथासंग्रह

द. मा. मिरासदार
Email : author@mehtapublishinghouse.com

प्रकाशक : सुनील अनिल मेहता, मेहता पब्लिशिंग हाऊस,
१९४१, सदाशिव पेठ, माडीवाले कॉलनी, पुणे ४११०३०.
अक्षरजुळणी : इफेक्ट्स, २१/६ब, आयडिअल कॉलनी, कोथरूड, पुणे - ३८.
मुखपृष्ठ : शि. द. फडणीस
प्रकाशनकाल : प्रथमावृत्ती, १९५७ / १९६१ / १९८१ /
पुनर्मुद्रण : १९८५ / १९८७ / १९९० /
मेहता पब्लिशिंग हाऊस, पुणे यांची सातवी आवृत्ती : मार्च, २०११ /
ऑगस्ट, २०११ / जुलै, २०१२ / मे, २०१३ /
नोव्हेंबर, २०१४/ जून, २०१६ / ऑक्टोबर, २०१७ /
पुनर्मुद्रण : फेब्रुवारी, २०१९
P Book ISBN 9788184982336
E Book ISBN 9788184985757
E Books available on : play.google.com/store/books
www.amazon.in/b?node=15513892031

ती. रा. बा. कुलकर्णी
या माझ्या
मामांना

माझ्या लेखणीचे टोक
कायम ठेवण्याचे काम
त्यांनी निष्ठेने केले आहे!

अनुक्रमणिका

माझ्या बापाची पेंड

कोंबडी आरवायची थांबली होती. थंडीने खुडुक होऊन बसलेली बाहेर येत होती आणि आता दाणे टिपीत उकिरड्यावर तुरूतुरू हिंडत होती. दिवस थोडासा वर आला होता. शाळेचा गजर लांबून ऐकू येत होता. गजर म्हणजे पहिली घंटा. म्हणजे शाळा सुरू व्हायला आता अगदी थोडा वेळ होता.

आई घरात चुलीपाशी बसली होती आणि काटवटात पीठ घेऊन मळत होती. बाबा चिलीम ओढत होता. चिलमीखालची मळकी चिंधी पुन्हापुन्हा नीट करत होता. चिलमीचा विस्तू मोठा मजेशीर फुलत होता.

मी दप्तरात शाळेची बुके भरीत होतो.

पाटी घालून दप्तर बांधल्यावर मी आईकडे गेलो. तिच्याभोवती नाचत म्हणालो, ''आये, मला भुका लागल्यात गं. खायला दे.''

पण आईने माझ्याकडे ढुंकूनसुद्धा बघितले नाही. पीठ मळून मळून तिचे हात पांढरेफेक झाले होते. काकणांनासुद्धा पीठ चिकटले होते. आपला हात तसाच वर उगारून ती म्हणाली,

''उजाडला का दीस तुला? चल, चालता हो. साळंला उशीर हुईल. आल्यावर भाकरी खा जा. ऊठ. नीघ.''

मी तोंड वेडेवाकडे केले. कपाळाला आठ्या घातल्या. हा अपमान सहन करणे अशक्य होते. सामोपचाराने काम भागत नाही तर! ठीक आहे. मग आवाज धारदार केला. म्हणालो,

''बघ हां – तुझा इस्तुच इझवतो.''

आई शांतपणे म्हणाली,

''होतो का न्हायी रे बाहेर! का देऊ एक रपाटा?''

हा उगीचच आपला दम. ती कशाची उठतेय काम करता करता.

"दे पट्ठे –" जागीच अस्वलासारखा झुलत झुलत मी म्हणालो.

मग आईने बाहेर वाकून बघितल्यासारखे केले आणि आवाजाची पट्टी वाढवून ती म्हणाली,

"बघा हो, ह्ये कार्टे कसं तरास करतंय त्ये. आता तुमीच सांगा ह्येला."

मग बा चिलीम बाजूला करून ओरडला,

"का रं भाड्या कडकड लावलीस सकाळच्या पारी? जातो का न्हायी साळंत? का मोडू टांगडं?"

माझा बा म्हणजे तर्कटी माणूस आहे. म्हणेल तसे केल्याशिवाय राहायचा नाही. तंगडे मोडीन म्हणाला तर मोडायचा. मागेपुढे पाहायचा नाही. एकदा मागे नरसू बामणाशी त्याची भांडणे झाली होती, तेव्हा तो म्हणाला, "दम भडव्या, तुझे दातच पाडतो –" आणि खरोखरच नरसूचे तोंड त्याने मोकळे केले. दोन महिने तुरुंगात जाऊन आला. भ्याला नाही. फार करारी स्वभावाचा.

मी एकदम घाबरलो आणि पाटीदप्तर घेऊन दाराबाहेर पळालो.

पण भुकेने आतडे तुटायची वेळ आली होती. रात्री लवकर झोपलो आन् जेवलोच नाही. आईने झोपेतून उठवले, तर तिच्याच अंगावर खेकसलो आणि पुन्हा पांघरुणात घुसमटलो. पण आता भूक मोठी झकास लागली होती आणि चिंचा, बोरे, आवळे, काहीच नव्हते खिशात. आता काय करावे?

दाराबाहेर पडून मी विचार करीत उभा राहिलो. मग कानात बोटे घातली आणि बाजूच्या गोठ्याकडे गेलो.

आमच्या बाला अलीकडे बक्कळ पैसे मिळत होते. घरी निवांत बसून तो कसे काय पैसे मिळवायचा काय की, पण त्याच्याजवळ पैसे असायचे एवढे खरे. त्या पैशातूनच त्याने बाजारातनं गाय आणली होती. तेवढ्या जागेत पलीकडे तिच्यासाठी गोठा केला होता. पत्र्याच्या खोलीला लागून.

कडवळाचा हिरवा घास चघळत गाय उभी होती. तरारल्या पोटाची ती गाभणी गाय मोठी शोभिवंत दिसत होती. पाठीमागे शेणाचा पाऊ पडला होता. चिपाडाचे तुकडे शेणात लडबडून खाली लोळत होते. पाण्याची डबकी झाली होती. कोंबडीची पिले फर्रर करून तिच्या पायामधून जात, तेव्हा शिंगे हलवून ती त्यांना हुसकून लावी. पुन्हा शेपटाने माशा उडवीत कडबा खाई... मोठी मजा होती.

शेणामुताच्या त्या वासातूनही एक खमंग वास माझ्या नाकात शिरला. तो वास ओळखीचा होता. कालच बाने तेलाच्या घाण्यावरनं शेंगदाण्याच्या पेंडी आणून पत्र्याच्या खोलीत टाकल्या होत्या. तिथनंच वास सुटला होता. काय झकास वास होता! असली पेंड खायला फार गंमत येते. अगदी बर्फी, नाही तर गुडीशेव

खाल्ल्यासारखी. पण ती होती पत्र्याच्या खोलीत. आणि खोलीला तर कुलूप होते.
– आता कसे करावे? आत कसे जावे?

शोधक दृष्टीने मी इकडेतिकडे पाहिले. खोलीला लागून जो उकिरडा होता, त्याच्यावरच खोलीची खिडकी होती. त्यातून आत घुसणे जमले असते. कारण खिडकीच्या पट्ट्या लाकडी होत्या. पावसाच्या पाण्याने कुजलेल्या. जरा ओढल्या की काडकन् मोडणाऱ्या. भिंतीवरच्या खुंटीला लोंबकळले, की सहज हाताला येणाऱ्या...

पाटीदप्तर बाजूला ठेवले. खुंटीला हात बळकट ठेवून मी खिडकीची पट्टी ओढली आणि लोंबकळू लागलो. फटकन आवाज होऊन पट्टी मोडली. आत जायला तेवढे पुरेसे होते. हिसक्यासरशी झेप घेऊन आत उडी टाकली. त्या बाजूला कडबा होती. काहीच भीती नव्हती.

कडब्यावर उडी टाकल्यावर गप्पदिशी आवाज आला. मी घाबरलो.

जर बाला तो ऐकू गेला, तर तो माझी हाडेच मोकळी करायचा. कारण त्या खोलीत तो कुणाला जाऊ द्यायचा नाही.

कानोसा घेत मी गप्प दबून राहिलो. बाहेर कुठे काही गडबड नव्हती. सगळे कसे निवांत होते. थोडा कडबा विस्कटला होता. तो मी परत शेजेने लावून ठेवला. अंग झाडले आणि पलीकडच्या शेंगदाण्याच्या पेंडीवर आशाळभूत दृष्टी टाकली.

खोलीच्या दुसऱ्या कोपऱ्यात पेंडीचा ढीग उताणा घातला होता आणि त्या ताज्या पेंडीचा खुमासदार वास खोलीभर पसरला होता.

एक वरचाच तुकडा उचलून मी तो मोडायचा प्रयत्न केला. पण मोडता मोडेना. कितीही जोराने ओढले, तरी अगदी बारकासा तुकडाच हाती यायचा. कुऱ्हाड जवळच होती, पण ती आवाज करणारी भानगड होती. ते धोक्याचे होते. नुसत्या हाताने काही तुकडा पडत नव्हता. शाळेची वेळ होऊन गेली होती. बा बाहेर येण्याची शक्यता होती. अशा स्थितीत तिथे फार वेळ राहणेही धोक्याचे होते. शेवटी तुकडा पाडायचा नाद सोडून दिला आणि पेंडीच्या ढिगाखालीच हात घातला. ढिगाखाली तुकडे पडलेले असतात. तेवढे मिळाले तरी काम झाले.

मूठ भरून बाहेर काढली. काही तुकडे आणि बराचसा चुरा हाती आला. चुरा तोंडात कोंबला. तुकडे चड्डीच्या खिशात टाकले आणि पुन्हा लोंबकळून उकिरड्यावर हळूच उडी टाकली. पाटीदप्तर उचलले, आवाजाचा सावट घेतला आणि तोंड हलवीत बाहेर पळालो. शाळेकडे चालू लागलो.

थंडी अंगाला चावत होती. माणसे शेकोटी करून बसली होती. अंगावर कांबळी घेऊन आणि तोंडावरनं धोतर घेऊन, हात पुढे करून ऊब घेत होती. मी रस्त्याने चाललो, तशी एकाने हटकण घातली,

"ए धायगुड्या –"

पाटीदप्तर सांभाळून मी त्याच्याकडे बघू लागलो. तोंडातला पदार्थ पटकन गिळून म्हणालो,

"काय रे?"

"ये की शेकायला."

"नगं. मला साळंला जायचंय."

"अरे ये रे! मोठा साळंत जाऊन बालिस्टर व्हनार हायेस, माहीत आहे! अरे, तुझ्या दहा डुयांत कुणी साळा बघितलीया का?"

मला ते बोलणे पटले. कुणालाही पटण्यासारखेच ते बोलणे होते. पटत नव्हते काय ते आमच्या आईलाच. ती मला मला शाळेत जायला लावायची. आणि बा काही बोलायचा नाही... बोललाच तर खेकसून बोलायचा... पण आज ज्याने बोलावले होते, तो आमचा पाहुणाच होता. त्याच्यासाठी शाळा थोडा वेळ बुडवायला हरकत नव्हती.

हा-हू करून मी शेकोटीपाशी गेलो आणि हातापायाचे तळवे गरम करीत बसलो. खरे म्हटले तर त्याने बोलावीपर्यंत माझे थंडीकडे लक्षच नव्हते. आता शेकायला लागल्यावर थंडी अंगाला लागली. मी काकडू लागलो.

असा थोडा वेळ बसलो.

दिवस थोडासा वर आला. मग उठलो. मुकाट्याने शाळेकडे निघालो. फार उशीर झाला, म्हणजे मार बसायचा. फार मारकुटा होता आमचा मास्तर.

शाळेकडे चाललो, तसे डोके चढल्यासारखे झाले. ठणकू लागले. आतल्या आत फिरल्यासारखे झाले. डोळ्यापुढे अंधारी आली. रस्ता नीट दिसेना. अंग हेंदकाळू लागले. कसलीतरी गुंगी आल्याप्रमाणे वाटू लागले. काही कळेना. रस्ता पुढे पळत गेल्यासारखा दिसला.

अंगाचा तोल सांभाळीत कसाबसा शाळेत आलो.

वर्ग सुरू झाले होते. खाली थोरले मास्तर लांब बाजूला बसून टेबलावर काहीतरी लिहीत होते. त्यांच्या रुमालाचा शेव सुटून तो नाकापुढे लोंबत होता. वर आमचे मास्तर गणित सांगत वर्गातनं हिंडत होते. त्यांच्या हातात छडी होती.

डोळे गच्च मिटून आणि सरळ चालण्याचा प्रयत्न करीत मी वर्गात शिरलो. आता डोके जास्तच भणभणू लागले होते.

मग मास्तरांचे शब्द कानांवर पडले,

"हे आले बघा रावसाहेब."

डोळे चोळून मी पुन्हा नीट बघितले, आणि –

– आणि भयंकर आश्चर्य वाटले.

मास्तर आज नेहमीप्रमाणे सरळ उभे नव्हते. उलटे झाले होते. म्हणजे डोके

खाली आणि तंगड्या वर. आणि तरीही त्यांच्या हातात धरलेली छडी सरळ होती. ते ती सारखी परजित होते. चेहरा मात्र नेहमीसारखाच रागीट दिसत होता... ही आज मास्तरांनी काय गंमत केली? आमचा मास्तर पुष्कळ साडेशिटलीचा होता. पण ही मजा त्याने आम्हाला कशी दाखवली नव्हती.

वर्गातील मुलेही गंमतशीर बसली होती. कुणी उलटे बसले होते, तर कुणी तिरपे कलंडले होते. कुणी वाकडे झाले होते, कुणी आडवे, कुणी उभे... मोठेच मजेशीर!

मला एकदम ही: ही: करून हसायला आले. दात बाहेर काढून मी खिदळू लागलो.

"का रे धायगुड्या, उशिरा का आलास!" उलटा मास्तर तोंड उगारून म्हणाला.

काय होतेय ते मला कळेना. त्यांचे बोलणे ऐकू येत होते. समजत होते. पण नीट समजत नव्हते. नकळत मी पुन्हा ही: ही करून हसू लागलो.

"रोज उशिरा यायला सोकलायंस रे तू! थांब भडव्या, तुला उलटाच टांगतो."

अरेच्या! म्हणजे असे होते काय? सगळीच पोरे आज उशिरा आलेली दिसत होती. तरीच त्यांना उलटे करून वर्गात लटकून ठेवले होते. आता आले लक्षात!

"का? दातखीळ का बसली? बोल की – उशिरा का आलास?"

"ही: ही: ही: –" मी खिदळलो.

"मार पाहिजे काय?"

"फी: फी: फी: –"

"थांब लेका, असा ऐकायचा नाहीस तू. तुला खरंच खुंटीला उलटा टांगतो."

"खी: खी: खी:"

मग एकदम हातावर सपकन् छडी बसली. डोळ्यांपुढे एकदम काजवे चमकले. पुन्हा अंधारी आली. डोके जास्तच गरगरायला लागले. कशाचा काही मेळच लागेना. मास्तर, ही मुले, वर्ग, शाळा... कशाचाच संदर्भ लागेना. हे काय आहे? हे सगळे इथे कशासाठी जमले आहेत? आपले इथे काय काम आहे?

काही समजेना.

मग मागे सरकत सरकत भिंतीचा आधार घेतला. सदऱ्याचे टोक उचलून नाकावरून फिरवले आणि नाक मोकळे केले. डोके हलवून हलवून ते नीट करण्याचा प्रयत्न केला; पण नकळत तोंड झुलतच राहिले. कचकड्याच्या चित्रांचे हलते ना – तसे. माझे मला ते जाणवत होते आणि तरीही ते आवरता येत नव्हते.

अजून मास्तर उलट्या तंगड्या करूनच उभे होते. मला पुन्हा हसू यायला लागले.

त्यामुळे परत अंगावर सपासप छड्या बसल्या.

"हसायला काय झालं रे तुला? बेशरम."

माझे डोळे धुंद झाले होते. नीट दिसेना, म्हणून डोळे वटारून मी म्हणालो, "पण मास्तर –"

"काय?"

"आज तुम्ही उलट्या तंगड्या करून कसे उभे राहिला –"

त्याबरोबर पोरे फिसफिस करून हसली. मला नीट दिसत नव्हते, तरी पण त्यांचा हसण्याचा आवाज चांगला ऐकू आला.

आता मात्र मास्तरांनी दम खाल्ला नाही. उलटे असूनही ते सरळ चालत आले. हातात छडी घेऊन आले आणि दातीखाती येऊन त्यांनी सपासप छड्या ओढल्या. अंगावर जसे वळ उमटू लागले, तसा मी केकाटू लागलो. जागच्या जागीच नाचू लागलो... डोके किंचित उतरले. ठणकणारी पाठ आणि हात दाबून धरीत 'अगं आई ग' करून मी पळालो आणि सगळ्या वर्गातनं पळत सुटलो. मी कुठे पळतो आहे, ते माझे मलाच कळत नव्हते. त्यामुळे तिघाचौघांच्या पाट्यांवर पाय देऊन मी त्या निकामी केल्या. एकदोन दौती सांडल्या आणि काहींचे कपडे रंगीत केले. काही जणांना पालथे पाडले आणि काहींना त्यांच्या उरावर बसवले. मास्तरही माझ्या पाठीमागे पळत होते. त्यांच्या पायांमधून दोनदा पळालो आणि एकदा त्यांनाच खोडा घातला. शेवटी धबेलदिशी फळ्यावर जाऊन आदळलो आणि सापडलो. नाकातला पातळ प्रकार फळ्यावर जिकडेतिकडे झाला. डोके मात्र एकदम सणकले. थोडेसे नीट दिसू लागले.

मास्तरांनी बकोटीला धरून मला उभे केले. त्याबरोबर मी एक गुच्ची त्यांना अशी ठेवून दिली की, ते एकदम किंचाळलेच. मग तोंड लालभडक करून त्यांनी खन्दिशी अशी थोबाडीत लगावली की, तशा अंधारातही माझ्या डोळ्यांसमोर एकदम तारे चमकले. मग एकामागून एक त्यांनी अशा कानसुलात लगावल्या की, यंव्! मी एकदम ठिकाणावर आलो.

मारता मारता त्यांचा हात माझ्या चड्डीच्या खिशावर गेला. त्या फुगलेल्या खिशावर हात ठेवून ते गुरगरले,

"काय दारूबिरू पिऊन आलास काय आज? आणि हे खिशात काय आहे रे खडकूं?"

मास्तरांनी खिशावर हात ठेवला, की आम्हाला फार भीती वाटत असे, कारण खिशातला पदार्थ ताबडतोब जप्त होत असे – आणि तो नुसता जप्त होत नसे; आमच्यादेखत मास्तर तो स्वत:च खात बसत. त्यामुळे त्यांनी हा प्रश्न विचारल्याबरोबर मी घाबरलो. खिसा एकदम सोडवून घेऊन म्हणालो,

"काही नाही बा. खायला आणलं आहे."

"खायला? काय आहे बघू – बघू."

"पेंड आहे."

"पेंड? गाढवा, तू काय म्हैस आहेस काय पेंड खायला?"

असे मास्तर म्हणाले खरे; पण ते जरा विचारात पडल्यासारखे दिसले.

"कसली पेंड?"

"माझ्या बापाची."

त्याबरोबर पुन्हा एकदम पोरे खुदकन् हसली आणि इकडे माझी पाठ हुळहुळी झाली. 'अयाईऽ' करून मी ओरडलो.

"कसली पेंड बोल. चावटपणा करू नकोस."

खरं तर मी उत्तर बरोबर दिले होतं. पण मास्तरांना आवडले नाही, त्याला काय करावे? शिवाय नीट बरोबर उत्तर द्यायला आज वेळ लागत होता....

"शेंगदाण्याची." ध्यानात आल्यावर मी सांगितले.

"शेंगदाण्याची?" मास्तर उत्सुकतेने म्हणाले, "बघू, काढ बरं बाहेर."

मी मोठ्या नाखुशीने खिशातले बारीकसारीक तुकडे, चुरा काढून टेबलावर ठेवला. मास्तरांनी चुरा आपल्या तोंडात टाकला. तुकडे खिशात ठेवले. मग मला कर्कश आवाजात सांगितले,

"हं. जा. जाग्यावर जाऊन बैस."

मी डोळे ताणून नीट बघत बघत जाग्यावर गेलो. डोळे घट्ट मिटून डोक्यातील ठणका बंद होतो का, ते पाहिले.

मग मास्तरांनी आम्हाला एक गणित सांगितले आणि आपण टेबलावर तंगड्या टाकून खिशातले पेंडीचे तुकडे चघळत बसले.

आम्ही मुकाट्याने गणित सोडवू लागलो.

थोड्या वेळाने मास्तर अंग हेंदकाळून उभे राहिले. म्हणाले,

"झाला का रे इतिहास लिहून?"

इतिहास? त्यांनी तर आम्हाला गणित सांगितले होते. एक पोरगे उठून उभे राहिले.

"मास्तर, गणित – इतिहास नाही."

"गणित कुठलं आलं आहे? इतिहासच." ते खेकसून म्हणाले.

इतिहास तर इतिहास. बरेच झाले. मला तर पाटीच नीट दिसत नव्हती आणि आकडे मांडून मी ते खिशात हुडकत बसलो होतो.

"हां सांगा – शिवाजीने कसा ठार मारला?"

"कुणाला?" पोरांनी ओरडून विचारले.

“खरंच, कुणाला बरं?” मास्तर एकदम गोंधळून गेलेले दिसले.

“कुणाला रे धायगुडे?” त्यांची नजर माझ्यावर पडली.

मुंडीला हात लावून मी उठलो आणि आठवू लागलो. पण काही ध्यानात येईना. सगळा कसा गोंधळ झाला डोक्यात. असे काय झाले होते की आज! पण काहीच नीट समजत नव्हते. नीट कळत नव्हते! शिवाजी... शहाजी... जिजाबाई....

“जिजाबाईला.” मी एकदम चुटकी वाजवून आनंदाने ओरडलो.

“बरोबर.” मास्तर डोके पुढेमागे झुलवून म्हणाले.

“नाही, मास्तर, जिजाबाई नाही – अफझुलखान.” पहिल्या नंबरचे पोरगे उठून म्हणाले.

“अफजुलखान?” मास्तर विचारात पडून म्हणाले, “नाही रे. मला वाटतं मुलांनो, जिजाबाईच. पण असेल, अफजुलखानही असेल. असो. बरं, कसं काय मारलं?”

तेवढ्यात दुसऱ्या एका पोराने नेहमीची तक्रार केली, “मास्तर, यानं मला चिमटा काढला.”

मास्तरांनी टाळ्या वाजवल्या.

“अगदी बरोबर. अफजुलखानाला चिमट्यात धरून ठार मारलं. समजलं की नाही? आपल्या स्वैंपाकघरातला चिमटा आणला आणि त्यात त्याला असा दाबला म्हणताय – दोन तुकडेच. कांडकंच उडवलं. दुसरी बात नाही.... अशी खोड मोडली त्याची. पुन्हा काही तो शिवाजीच्या वाटेला गेला नाही.”

माझे डोके हळूहळू ठिकाणावर येत होते. आतले लोळ कमी होत होते आणि चालले आहे, त्यात काही तरी चुकते आहे, असं अंधूक अंधूक वाटत होते.

बावरून मी मास्तरांच्याकडे पाहात राहिलो.

मास्तर आता मोठे खुशीत आल्यासारखे दिसत होते. मघाच्या रागाचा कुठे ठावठिकाणा नव्हता. काहीतरी गमतीदार आनंदाने त्यांचा चेहरा खुलून निघाला होता. डोळे मिस्कील झाले होते आणि लुकलुकत होते. ते सर्कशीतल्या विदूषकासारखे मजेदार दिसत होते. फक्त नाकावर तांबडा रंग तेवढा नव्हता.

गहिवरलेल्या आवाजाने ते बराच वेळ काही तरी पुटपुटत राहिले. काय बोलले, देव जाणे! आम्हाला काही कळले नाही. मग टेबलावर बसून त्यांनी मांडी घातली. आम्हाला म्हणाले,

“ए पोरांनो, उभे राहा जरा.”

आम्ही उठून उभे राहिलो.

“हा, मी गाणं म्हणतो हां, आता इतिहासातलं – तुम्ही सगळे टाळ्या वाजवा. काय?”

सर्वांनी माना हलवल्या. टाळी वाजवण्यासाठी हात सज्ज केले.

मग कानावर एक हात ठेवून, दुसऱ्या हाताने टेबलावर ठेका धरून मास्तरांनी गायला सुरुवात केली. पोवाडेवाले करतात ना, तसे.

''काठेवाऽडी घोड्यावरती पुढ्यात घ्या हो मला –''

हे गाणे कुठल्या तरी सिनेमातले होते. कुठल्या काय की, पण सिनेमातले होते नक्की. इतिहासातले नव्हते. पण आपल्याला काय? टाळ्या वाजवायचे काम.

तीच तीच ओळ पुन्हा पुन्हा घोळून मास्तर ओरडले,

''लेकांनो, टाळ्या काय वाजवीत बसलात नुसते? म्हणा माझ्याबरोबर हं... काठेवाडी घोड्यावरती....''

आमच्या गाण्याने आणि टाळ्या वाजवण्याने सगळी शाळा गजबजून गेली. गाणे म्हणायला मोठे मजेशीर लागत होते. पण मास्तर पुढची कविता सांगतच नव्हते. तेच तेच म्हणत होते. असले कसले लेकाचे चमत्कारिक गाणे? त्याला पुढची ओळच नव्हती. छुत् त्येच्या....

मधेच मघाचे पहिल्या नंबरचे किडमिडीत पोरगे धडपडून म्हणाले,

''पण मास्तर, इतिहासात कुठं हे गाणं दिलं आहे?''

मास्तर पेंगायला लागल्यासारखे दिसत होते. त्यांचे डोळे लवकर उघडता उघडेनात. दचकून एक डोळा उघडून ते म्हणाले,

''अँ? इतिहासातलं नाही? कोण म्हणतं? मी मघाशी कुणाला ठार मारलं बरं?''

''अफजुलखानाला.'' आत्ता मला बरोबर उत्तर आले.

''बरोबर. तर अफजुलखानाच हे गाणं म्हणून दाखवतो. कुणाला? तर शिवाजीला. समजलं?''

अफजुलखान शिवाजीला गाणे म्हणून दाखवतो, असे कुठे आमच्या इतिहासात मुळीच नव्हते. एकूण तो मोठा गाणाराही होता काय? असेल. मास्तर खोटे कशाला सांगताहेत....

मग मास्तरांनी आपल्या नेहमीच्या – म्हणजे आपण शिव्या देताना काढतो, तशा आवाजात पुन्हा गाणे सुरू केले.

आम्ही टाळ्या वाजवीत उभे होतो, तेवढ्यात थोरले मास्तर खालून वर्गात आले. एकदम. आवाज न काढता.

त्यांचा चेहरा लालबुंद दिसत होता. मग रागावले होते काय की.

''कुलकर्णी मास्तर!''

त्यांनी अशा आवाजात हाक मारली की, आम्ही सगळे गपचिप होऊन टाळ्या वाजवायचे थांबलो. आश्चर्याने बघत उभे राहिलो.

थोरले मास्तर मग टेबलाजवळ गेले. आमच्या मास्तरांच्या दंडाला धरून ते म्हणाले, "अहो कुलकर्णी मास्तर –"

मास्तर पेंगलेल्या डोळ्यांनी त्यांच्याकडे बघत म्हणाले, "अँ?... काय?"

आणि त्यांनी एकदम थोरल्या मास्तरांचे नाकच ओढले.

त्याबरोबर थोरले मास्तर एकदम किंचाळले. मग रागावून ओरडले, "काय म्हणता काय आहात?"

मास्तर डोके झाडून म्हणाले,

"हे आपलं – काठेवाडी घोड्यावरती...."

"काठेवाडी घोड्यावरती? हा काय चावटपणा आहे?"

"चावटपणा नाही. गाणं आहे छान." मास्तर वेडेवाकडे हातवारे करून म्हणाले. मग त्यांनी हेडमास्तरांच्याच गळ्यात हात टाकले आणि त्यांच्या अंगावर आपला खांदा टाकून लाडिकपणाने म्हणाले, "हेडमास्तर, तुम्ही काठेवाडी घोडा आहात."

"अँ?" करून हेडमास्तर बाजूला सरकले.

"खरंच, तुम्ही काठेवाडी घोडा आहात. आईच्यान्. मला पुढ्यांत घ्या ना तुमच्या!"

"हॅट्!" हेडमास्तर घाबरून म्हणाले.

"असं काय करता? घ्या ना हो – पुढ्यात घेणार ना गडे?"

मास्तर म्हणाले आणि त्यांनी पुन्हा त्यांच्या गळ्यात हात टाकले. थोरल्या मास्तरांनी हात एकदम झटकून टाकले. त्याबरोबर ते टेबलावरून गडगडत खाली आले. जमिनीवर तसेच पडून राहिले. हलले नाहीत, बोलले नाहीत. मास्तर मेलेबिले तर नाहीत ना?

आम्ही घाबरून त्या दोघांकडे बघत राहिलो.

मास्तरांच्या खिशातून पेंडीचे तुकडे इकडेतिकडे बाहेर पडले होते. ते हेडमास्तरांनी उचलून हातात घेतले. मग गड्याला हाक मारली. तो आला, तसे त्यांनी त्याला मास्तरांना आतल्या खोलीत न्यायला सांगितले. दोघांनी मिळून मास्तरांचा तो लगदा आत हलवला. त्यांच्या तोंडातून फेस गळत होता. मला संशय आला. कुत्र्याला गोळी घातली म्हणजे मरताना ते असेच फेस गाळीत असते.

मग मी मोठ्या नम्रतेने हेडमास्तांना विचारले, "मास्तर मेले की काय?"

त्याबरोबर हेडमास्तरांनी फाड्दिशी माझ्या मुस्काडीत दिली. मी जगातल्या विपरीत न्यायाचे आश्चर्य करीत गाल चोळू लागलो.

मग हेडमास्तर करड्या आवाजात म्हणाले, "जा रे पोरांनो घरी. आज तुम्हांला सुट्टी."

हिय्या पठ्ठे!

पाट्या दप्तरे उचलून आम्ही भरारा पळालो.

रमतगमत गप्पा मारीत सावकाश घराकडे चाललो. भुकेची आठवण झाली, तसे मात्र उचलत्या पौंडाने आलो. आता घरी गेले, की आईला आधी खायला मागायचे. आपल्याला कशी चक्कर आली घटकाभर तेही सांगायचे. मास्तरांची गंमतही सांगायची. आज त्यांनी शिकवलेले गाणेही तिला म्हणून दाखवायला हरकत नव्हती... काय बरे होते ते गाणे?...हा, काठेवाडी घोड्यावरती....

घराकडे आलो आणि बघितले.

घरासमोर गल्लीतल्या माणसांची गर्दी जमली होती.

लोकांतून वाट काढून मी घरात गेलो. पाटीदप्तर ठेवले. बघितले तर आई रडत बसली होती. आजूबाजूला गल्लीतल्या साळकायामाळकाया बसल्या होत्या. तिची समजूत घालीत होत्या.

"– यील सुटून. तू नगंस रडू."

"उगी. का टकुरं धरून बसलीयास? तेनं काय व्हतंया?"

"मस तुझा नवरा खंबीर हाये. तू का काळजी करतीस?"

सुटून येईल? कोण? कुठून?

मला काही समजेना.

बाहेर येऊन जमलेल्या माणसांना विचारले, "काय झालं?"

एक जण आंबट तोंड करून म्हणाले, "तुला माहीत नाही का? हात् लेका! अरे, तुझ्या बाला नेलं की धरून पोलिसांनी!"

"ते कशापायी?"

"गांजा सापडला त्या कडब्याच्या खोलीत. पेंडीत ठिवला हुता म्हणं! बेकायदा इकत व्हता. सापडला आज. धरला आन् नेला."

मग बाजूला बसलेला एक तांबड्या डोळ्यांचा म्हातारा म्हणाला,

"व्हय रे बाबा, व्हय नेला की रं तुझ्या बा ला धरून. इक्ता मोठा गांजा; पण समदा तुडिवला मुडद्यांनी."

ते ऐकून मला काही विशेष वाटले नाही. आमचा बा खंबीर होता. त्याची काळजी नव्हती.

– पण भीती एवढीच वाटली, की मास्तरांच्या खिशातून पडलेले तुकडे हेडमास्तरांना आवडले, तर काय घ्या?

□

भावकी

शाळेची घंटा उतावीळपणे वाजली. आत सगळी दांडगाई, उत्साह शिस्तीत बसला होता. घंटा वाजल्याबरोबर तो घोळक्याने दरवाज्याकडे धावला. पाट्यादप्तरे घेऊन. शाळा म्हणजे एक बैठी इमारत. तिचेच चार भाग पाडून चार वर्ग केलेले. जायला-यायला एकुलती एक खुजी लाकडी चौकट. मोठी माणसे त्यातून वाकून आत येत. मुले एकदम सुटली की, दाराशी गर्दी साचून राही. मग बाहेर वाट मिळेपर्यंत पाठीमागची पोरे एकच कालवा करीत. दप्तरांतल्या पाट्या हाताने बडवीत. पुढच्यांना ढुसणी देत. पुढचे रागाने मागच्यांना रेटीत आणि पोरे तशीच तुंबून राहत. मधल्यांची दामटी होई. पुन्हा आरडाओरड. क्वचित मारामारी... आणि मग सगळी शाळा रिकामी होई. शेंडीचा झुबका रुमालात गुंतवीत आणि रुमालाचा कपाळाला लागलेला रंग रुमालाने पुशीत, फाटक्या अंगाचे, दाढी वाढलेले मास्तर बाहेर पडत. मळ्याकडे चालू लागत. एखादा पाचोळा जावा तसे जात.

या सगळ्या गर्दीतून रडकुंडे तोंड करून केशव बाहेर आला.

त्याचे लहानखुरे गोरे तोंड लाललाल झाले होते. पुढच्या पोराने पाठीमागे कोपर ढोसल्यामुळे पोट दुखत होते. गर्दीत चेंगरल्यामुळे तो घाबराघुबरा झाला होता. उजवा हात हिरवा निळा झाला होता आणि डोळ्यांतून पाणी येऊ पाहत होते. वर्गातला कुबट वास, पोरांची दंगामस्ती, मास्तरांचा जोरात बसलेला फोक आणि न कळणाऱ्या शिव्या यांनी तो बावरला होता.

धामिणीसारखे पिवळेधमक ऊन पडले होते. आदल्या दिवशी रात्रभर भीजपाऊस पडून गेला होता. त्यामुळे बाहेर सगळीकडे चिखलाचा रेंदा झाला होता. ठिकठिकाणी पाणी साठून राहिले होते. पोरे नेमकी पाण्यातून पाय उडवीत चालत. त्यांच्या दंगामस्तीने अधिकच राड होई. घसरगुंडी होऊन माणसे पडत. आजूबाजूला पाणी उडे.

केशवही असाच घसरला आणि त्याने खाली लोळण घेतली.

डोळ्यांतले पाणी पुशीत आणि दुखावलेला हात दाबून धरीत आपल्याच नादात तो चालला होता. एकदम पाय घसरला. सगळ्या कपड्यांवर घाण झाली. तोंड गढूळ पाण्याने माखले. दप्तर भिजले. हातपाय चिखलाने लडबडले. ढोपराला लागले. बाजूची पोरे नुसतीच बघत राहिली.

अनंता शाळेबाहेर आला, तसा केशव त्याला दिसला. चिखलाने भरलेला. भेदरलेला. रडकुंडीला आलेला.

अनंताचा चौथीचा वर्ग सगळ्यात शेवटच्या खोलीत होता. शिवाय तो मोठा होता. केशवच्या पुढे दोन वर्षं होता. फळ्याशेजारच्या पेटीवर तो नेहमी बसे. मुलांची हजेरी लावी. चुकारतट्टूंची उचलबांगडी करून त्यांना शाळेत आणी. त्यामुळे पोरासोरांची गर्दी संपली, की तो ऐटीत बाहेर येई आणि घराकडे जाई.

केशवला पाहताच त्याच्या पोटात एकदम ढवळले. त्या गोऱ्या, अशक्त मुलाविषयी त्याला विनाकारण कुतूहल वाटे. त्याच्या सशासारख्या भिरभिऱ्या डोळ्यांकडे सारखे पाहत राहावे असे वाटे. समोर बागुलबुवा असल्यासारखा त्याचा चेहरा नेहमी भ्यालेला दिसे, त्याची त्याला गंमत वाटत राही.

रडकुंडीला आलेले ते भाबडे पोर बघितल्यावर तो चटकन् पुढे धावला आणि पुन्हा घुटमळला. आपण त्याच्यापाशी जावे, त्याला उठवावे, राड पुसून काढावी, असे त्याच्या मनात आले, पण तरीही तो अडखळला. त्याच्या जवळ जावे की नाही, ते ठरवू लागला. तसा तो या पोराला ओळखत नव्हता थोडाच! दोघेही नात्यातले. अगदी दहा दिवसातले. भावकीतलीच घरे. वहिवाटीच्या अधिकाराने एकाच समाईक अंगणात वावर करणारे. मग ओळख नसेल कशी? होती तर....

अनंता पुढे झाला. खाली वाकून त्याने केशवला उठवले आणि उभे केले. तोंडावरचे पाणी निपटले. कपड्याची राड हुशारीने पुसली.

केशव रडत रडत उभा होता. अंग खराब झाले, ढोपराला लागले, यापेक्षा कपडे गदळल्याची भीती त्याला जास्त वाटत होती. आता घरी गेल्यावर काय होईल? आई ओरडेल. अण्णा तर अंगाची सालच काढतील. आणि पुन्हा धडपणाने रडूसुद्धा देणार नाहीत. पुन्हा बडवतील. शिव्या देतील.

अनंता त्याच्याकडे बघून हसला आणि म्हणाला, "बघ, कपडे किती मळलेत. सगळ्या अंगावर गदळ झाली. चल, पलीकडच्या दंडावर जाऊन हातपाय धुऊ."

केशवने नाक पुसतपुसतच आपल्या अंगावरून दृष्टी टाकली आणि तो मुकाट्याने त्याच्या पाठोपाठ दंडाकडे गेला.

गावाच्या पलीकडे कोसावरून कालव्याचा एक मोठा पाट उगवतीकडून मावळतीकडे गेला होता. त्यातलाच एक लहानसा दंड इकडे शाळेजवळच्या शेतात

होता. थोडक्या पाण्यानिशी रस्त्याला बिलगलेला. शेताशेतांना लपेटीत जाणारा. एखाद्या टोपपदरी लुगड्याच्या काठासारखा तो दिसे. त्या दंडावर शाळेतल्या पोरांची मोठी गर्दी होई. मुले इथेच पाणी पीत, खेळत. दंडातून नावा सोडत.

पाण्यात दोन्ही पाय बुडवून आणि ओंजळीत पाणी घेऊन दोघांनी पाय धुतले. तोंड खंगाळले. जवळ पडलेल्या मऊसूत चिपरंगीने मळ काढला. केशवचे राडीने भरलेले कपडे अनंताने पिळले. म्हणाला,

"घाल हे. वाळेपर्यंत आपण चिंचबनात हिंडू. थोड्या वेळानं घरी जाऊ, अं?"

केशवने मान हलविली. दंडापलीकडे ताल होती. आत चिंचेच्या झाडाचे गर्द बन होते. तिकडे बोट दाखवून तो म्हणाला,

"अंता, मला चिंचा काढून देशील?"

"येडा का काय?" अंता हसून म्हणाला, "या दिवसात चिंचा कुठल्या?"

"गाभुळ्यासुद्धा?"

"उंहूं."

"मग कवा?"

"अजून अवकाश आहे. आत्ता आहे श्रावण. निसता चिगूर असंल झाडाला. चिगूर खायचाय तुला?"

"चल."

चिंचबनातील म्हातारी झाडे खरोखरच वाकली होती. पोरालेकरांचाही फाट्याला हात लागे. चिंचेला आकडे लागले, म्हणजे हे फाटे पोरं ओरबाडून काढीत. तेथून उलटी चढत. शिवणापाणी खेळत. खोडावरून खाली उतरत. अनंता या खेळात सगळ्या गावच्या पोरांत बांड होता. त्याने सटक्याने फाट्याला लोंबकळून एक मजेदार झोका घेतला. हिसडा देऊन पाला ओरबडला आणि चिंचेची आंबूसगोड पिवळी फुलं केशवला दिली. मग एकदम खाली उडी मारून जमिनीवर उशी घेतली. अशा सफाईने की दुसऱ्यालाच भीती वाटावी.

केशवच्या धुवट चड्डीचे दोन खिसे टरारून फुगले होते. खाली टाकलेला सर्व चिगूर त्याने खिशात कोंबला असावा. डाव्या हाताची मूठ चिंचेच्या त्या पिवळट फुलांनी गच्च भरली होती. आणि उजव्या हाताने त्याचा घास होत होता. तोंड चालू होते आणि दात आंबून गेले होते. इतके की ते एकमेकांना लागेनात. खायचा कंटाळा आला होता. आणि तरीही तो रानमेवा हवाहवासा वाटत होता.

अनंताने झोका घेतलेला बघितल्यावर त्याचे खाण्यातले लक्ष उडाले. हातातली मूठ जमिनीवर पालथी करून रडवे तोंड करून तो म्हणाला,

"अंता, मला पण झोका दे. मला नको चिगूर."

अनंता नाही म्हणणार नव्हता. नाही कसा म्हणेल? तेवढ्यासाठी तर त्याने ही

कसरत केली होती. केशवने झोका पाहिजे म्हणावे, म्हणूनच त्याने स्वत: झोका घेतला होता. नाही तर झोके खेळून खेळून त्याचे हात हुळहुळले होते.

अनंताने त्याच्या दोन्ही खुब्यात हात घालून वर उचलले आणि फाट्याला लटकावून दिले. चिंचेचा उग्रट वास नाकात बसला. टोकाच्या बारक्याशा काटक्या आणि भिजलेली पाने तोंड ओरबडू लागली, तसा केशव गुदमरला, पाय झाडू लागला आणि पायाला आधार नाही हे बघताच भ्याला. हातांनी धरलेला फाटा त्याने गच्च आवळला.

केशवने पाय पाठीमागे ओढून मग खूप लांबार झोका दिला.

अशा गमतीत फार वेळ गेला.

चिगुराने आंबलेले दात गोदनी खाऊन निवले. आंबूसपणा गेला; पण मोठ्या गुंजेएवढे ते गोड तांबूस फळ खाऊन तोंडाला चिकटा बसला आणि बाभळीवरचा ओलसर पांढरातांबडा डिंक खाऊन तो जास्त झाला. बोलायचे म्हटले, तरी तोंड उघडेना. अक्कलखारीचे पिवळे फूल खाऊन जीभ चुरचुरली. गोदनीची पाने काताबरोबर खाऊन तोंड लालभडक झाले. अगदी विडा खाल्ल्यासारखे. पायात खराटे घुसले, काटे मोडले आणि पाय सारखे ठणकत राहिले. चिखल पायावरच वाळला. अंगावरच्या सगळ्या कपड्यावर 'कुत्री' लागली. काटेकाटक्या लागून पिंढऱ्यावर पांढऱ्या रेघांचे जाळे झाले.

अंधार पडला. दिवेलागण होऊन गेली. राखोळीला नेलेली गुरे घेऊन कुणब्यांची पोरेटोरे केव्हाच गावठाणाकडे आली. कामधाम आटोपून मंडळींनी चावडीवर ठाण मांडले. कुणी पारावर बसून कुटाळकी सुरू केली आणि संपवली. चंच्या चारदोन वेळा उलगडल्या आणि बांधल्या. गप्पांतले कित्येक विषय आटले. रस्त्यावर तुरळक माणसेही दिसेनात. मधूनमधून फक्त कंदील हलत. अधांतरी गेल्यासारखे दिसत. हळूहळू चावडी आणि पारही रिकामे झाले. कुत्र्याच्या भुकभुकीवाचून दुसरे काही ऐकू येईना.

बामणआळीच्या अगदी टोकाला बल्लाळाचा वाडा होता. वाड्याचा दरवाजा दगडी होता. आणि घोड्यावरची असामी जाईल इतका उंच. आत मोठे लांबोळके अंगण. दोन्ही बाजूंना मोठ्या खणाच्या एकमजली इमारती. पडायला झालेल्या त्या जुनाट घरातून देशपांडे घराण्यातली सगळी कुटुंबे राहत. पडझड थांबवण्याइतकी ऐपत कोणाचीच नसे. ही मंडळी मोठ्या दाराचा, परसदाराचा नि अंगणाचा समाईक उपयोग करीत. तिथे स्वत:च्या मालकीचे खण सोडून बाकी सगळे समाईकात होते. हागंदारीसुद्धा. भांडाभांडी चाले. समाईक भिंतीवरून पुरुष भांडत. ओसरीवरच्या समाईक उखळावरून बायका कलागती करीत. ही भांडणे कित्येक डुयापासून

चालत आली होती आणि ती तशीच चालू होती. किंबहुना यासाठीच आपण जन्माला आलो आहोत, असे देशपांडे घराण्यातल्या कर्त्या पुरुषांना वाटत असे. या घरातला धूर त्या घरात गेला, तरी ते निमित्त भांडणाला पुरे वर्दळ माजे. मग कोर्टात खटले-खोकले, दावेदोरखंडे चालत. शेताचे तुकडे विकून सरकारी अधिकाऱ्यांची धन होई. त्याचा निकाल लागायच्या आत नवी चारदोन भांडणे झालेली असत.

अण्णा देशपांडे अंगणात बाजेवर बसला होता आणि विडी ओढीत होता. मधूनमधून डेरेदार पोटावर हात फिरवीत होता. मांडी खाजवीत होता. वाड्यातल्या एका कोपऱ्यात त्याचे घर होते. दुसऱ्या कोपऱ्यात अनंताच्या बापाची जागा होती.

उंबरठ्यावर कंदील लावून ठेवलेला होता. त्याच्या अंधूक उजेडात अण्णा दाराकडे बघत होता. आत ढणढणीच्या उजेडात पोरांचा जोरात कालवा चालला होता. तिकडे तोंड करून तो मधेच असा ओरडे की, सगळा इमला हादरावा. पोरे चट्दिशी गप्प होत. थोडा वेळ शांत बसत आणि पुन्हा कालवा करीत.

असाच आरडाओरडा पुन्हा झाला तसा तो ओरडला,

"अरे गप्प बसताय का नाही? का करू एकेकाला मुंडीवर उभा?"

त्याबरोबर घरात एकदम सामसूम झाले. मग बायकोला मोघम हाक मारून अण्णा म्हणाला,

"केशव आला का न्हायी गं अजून?"

केशवची आई उंबऱ्यातच पण थोडी दाराआड उभी होती. मुलाची वाट पाहात होती. त्याची काळजी करीत होती. तिला म्हणायचे होते, अंगणात तुम्हीच बसला आहात, मी नाही. पोरगं दारातनं आलं की तुमच्याच नजरेला पहिल्यांदा पडायचं आहे....

पण असे बोलायची तिची टाप नव्हती. तिने चेहरा गोरामोरा केली आणि आपलाच अपराध असल्यागत "नाही" म्हणून घाबरट आवाजात उत्तर दिले.

केशव आणि अनंता तेवढ्यात दरवाज्यातून आत आले.

अण्णाला बघताच अनंताने केशवचे बोट सोडवून घेतले आणि मुकाट्याने तो घराकडे गेला. केशव बापाकडे बघत बघत भीत पुढे आला.

"च्या मायला, जेवणंखाणं झाली तरी कुठं गटाळ्या घालीत हिंडत होती कार्टी कुणास ठाऊक!" असे म्हणून अण्णाने त्याच्यापाठीत एक धपका ठेवून दिला, तसा तो एकदम खाली आपटला. तोंडाला माती लागली. ओलसर कपडे धुळीने भरले. हुंदका तोंडापर्यंत आला; पण बाहेर मात्र आला नाही. रडायची त्याची काय बिशाद होती? रडला असता, तर आणखी मार खावा लागला असता.

जमिनीवरून त्याचा हात उचलून उलटा पिरगाळीत अण्णा म्हणाला,

"शाळा कवाची सुटली? बोल, इतका वेळ कुठं होतास?"

हात पिरगाळल्याने केशव रडताओरडत होता. खालवर होत, कुथत, अस्पष्ट आवाजात तो म्हणाला, "चिंचबनात होतो."

"कशाला रे भोसडीच्या?"

"चिगूर खायला."

"कुणी नेलं?"

"अंतानं."

"आधी कळ कुणी काढली?"

"अंतानंच."

अण्णाने त्याचा हात सोडला. पाठीत एक शेवटची गुच्ची चढवली आणि त्याला दरवाज्याकडे ढकलले. केशवच्या आईने पुढे येऊन त्याला उचलले आणि उंबऱ्यावर घेतले. पदराने त्याचे घाण तोंड पुशीत ती म्हणाली,

"कशाला जावं बरं आपण त्याच्याबरोबर? शाळा सुटली की नीट घरी यावं ते...."

केशव रडत रडत उंबऱ्यातच उभा होता. त्याच्याकडे बघून अण्णा पुन्हा ओरडला,

"उभा काय ऱ्हायलास मधीच धसकटासारखा? चल हो भडव्या आत."

त्याबरोबर केशवची आई पोराला घेऊन निमूटपणे आत गेली.

अण्णा बोलायला मोठा चघळ होता. त्याचा चेहरा निबर दाखवीत होता. अंगाने भोद. चिरमुऱ्याच्या पोत्यासारखा. अंगाच्या मानाने डोक बारीक. पाण्यावर आलेल्या बुडबुड्यासारखे ते दिसे. वर्ण आमोशासारखा. डोळे बारीक आणि तांबडे. अंगाखांद्यावर सगळीकडे केसच केस. कानात आणि नाकातसुद्धा. त्याला नुसते पाहिल्यावर, याने आपल्या तरुणपणात खच्चून मेहनत केली असली पाहिजे, कित्येक बाया रंगवल्या असल्या पाहिजेत आणि नाना पालथे धंदे केले असले पाहिजेत, असे सहज वाटे. अण्णा कुठेही आणि कसाही बसला तरी एका बाजूचे धोतर नेहमी वर घेतलेले असायचे. कमरेपर्यंतची मांडी दिसावी इतके. बोलणे अचकट. उपमा सगळ्या कमरेखालच्या यायच्या. हातवारे करून साध्या बोलण्यालाही पाचकळ अर्थ आणायचे कसब त्याच्याजवळ होते. संतापला म्हणजे तो दुसऱ्याला लाख शिवी मोजी आणि दिलेली एक शिवी काही पुन्हा तोंडात येत नसे. भांडण तर त्याच्या पाचवीलाच काय, पण सबंध आयुष्याला पुजले होते. तोच त्याचा छंद होता. भावकीत भांडणं काढण्यासाठी तो टपलेला असे. अनंताच्या बापाशी तर गेली कित्येक वर्षे तो वाकड्यात होता... आणि आता त्याच्याशी भांडायची ही काय नामी संधी आली होती!

अण्णाने पुन्हा एक विडी पेटवली. दोन झुरके घेतले. ती विझवून बाजेवरच्या काड्याच्या पेटीवर काळजीपूर्वक ठेवली. बाजेच्या लाकडी चौकटीवर दोन्ही हात

पसरले. मग आषाढातला ढग गडगडावा, तसा आवाज काढून तो ओरडला,

"अरे काय राघू, फार माज आलाय व्हय रे तुला न् तुझ्या पोराला?"

हे बोलणे ऐकून सगळा वाडा जागा झाला. पोरे-लेकरे हादरली. कोपऱ्यात पडलेले हडकुळे कुत्रे बावरून जागे झाले आणि शेपटी सावरीत चार पायावर उभे राहिले. दुसऱ्या घरातल्या बायका हातातले काम टाकून तशाच उठल्या आणि तोंडाला पदर लावून दरवाज्यात उभ्या राहिल्या. कुतूहलाने बघू लागल्या. मोठ्या दरवाज्याजवळून जाणारे बघे जागीच घुटमळले.

राघू देशपांडे सैपाकघरात बसून जेवत होता. दोन पायावर बसून भाकरीचा तुकडा मोडत होता. शेजारी अनंता होता. तो दचकला. हातातला ठेचलेला पातीचा कांदा एकदम ताटात पडला. त्याच्याकडे बघत बघत राघूनं पानातली ताकदुधाची वाटी पिऊन टाकली.

"तू जेव रे सावकाश."

असे म्हणून ढेकर देत तो परसात गेला. तोंड आचवून परतला आणि धोतराच्या सोग्याने हाततोंड पुशीत दरवाज्यात आला. कोनाड्यातली अडकित्ता सुपारी घेऊन त्याने सुपारी कातरली. भुगा तोंडात टाकून अडकित्ता होता तिथे ठेवला. मग म्हणाला,

"का मालक, आज आमची फार दिवसानी आठवण झाली –"

राघू देशपांडे दिसायला उगीच मुडदा होता. पण बारा टिकल्यांचा होता. गावातले सगळे लोक त्याला 'एक्का' म्हणत. घुम्या येड्यासारखा तो फारसा बोलत नसे. पण बोलला म्हणजे असे बोलू लागे की, मिरच्यांचा खाट नाकात गेल्याप्रमाणे माणूस ठसके. पुन्हा त्याच्या तोंडाला तोंड कुणी देत नसे. एखादा आपल्या अंगाबाहेर आहे असे पाहिले की, तेवढ्यापुरता तो गप्प बसे. पण मागाहून सूडकऱ्यासारखा त्याचा काटा काढी. भावकीतले कित्येक जण त्याने सपाट केले होते. अजून बधला नव्हता तो फक्त अण्णा.

राघूचे ते थंड बोलणे ऐकून अण्णा पेटला. तो तर्कटी डोक्याचा होता. तामसी होता. आपण रागावलो असताना दुसऱ्याने थंडपणाने बोलावे म्हणजे काय? त्याच्या डोक्यात एकदम रक्त चढले. जास्त चिडून तो म्हणाला,

"आपली पोरं खंडोबाला सोडली असशील, तर दे सोडून. पण आमच्या पोरालाही उंडगं बनवायला बघशील तर याद राखून ठेव. समजलास?"

राघूने सगळा प्रकार घरात बसून बघितला होता. तरीपण भोळसपटणाचा आव आणून तो उत्तरला,

"उगीच आवाज करू नकोस. काय केलं काय आमच्या पोरानं असं?"

अण्णाने आरडाओरडा करीत, शिव्या घालीत मघाची सगळी हकिकत तिखटमीठ लावून सांगितली. राघूने सगळे बोलणे कोर्टातल्या मुन्सफासारखे शांतपणाने ऐकले

हे बघून तो संतापला.

"चिंचवनात जायला ती काय तुमच्या बापजाद्यांची पेंड आहे व्हय रे? उद्या धरलं देशमुखानं आणि घेतलं टोपडं काढून म्हणजे कोण आणून दील? राघू खंडो का खंडो परशुराम!"

"बापाचं नाव काढू नकोस."

"का रे?... आन् चिचेवरनं पोरगं पडलं असतं, खोकाळबिकाळ फुटलं असतं म्हणजे? खोकला होऊन आजारी पडलं असतं म्हणजे? निस्तरायला काय तुझी म्हातारी यील काय?"

कमरेवर हात ठेवून राघू विठोबासारखा उभा राहिला. म्हणाला,

"शिव्याबिव्या घालू नकोस. सांगून ठेवतो अण्णा. गुमान बस की गप. एवढा हे होतास तर, तू लावायचा होता धाक आपल्या पोराला. त्या वेळी कुठं गेलतास? आजीच्या म्होतराला?... पुन्हा असं बोललास, तर तुझी माझी चांगलीच तक्रार होईल."

"काय करशील?"

"आवाज औट करून टाकीन, समजलास?"

"अरे जा रे औट करणारा. ताटीला दोन माणसं लागायची नाहीत, पण आवाज केवढा? त्याला घरचा चांगला असावा लागतो माणूस लेका."

"बघशील –"

"बघीन. बघीन! असले कित्येक राघू कोलत असतो मी. तू काय समजलास?"

राघू मनात म्हणाला, 'एवढी जवानी जळतीय अं तुजी? मग कसबिणीने घरावर जप्ती आणली होती, तेव्हा का रानात पळाला होतास राजा?'

"का, बोल की! आता का गप?"

"बोलतो की. मला काय भ्या आहे? तूच दातखीळ बशीव बरं. पुन्हा सांगतो परिणाम वाईट हुईल. रडत बसशील मग. दाताड फुटलं होतं मागं आठवतंय का?"

"वाळल्या अंगाचा हायीस, पण तोंड केवढं रे? एवढा मर्द असशील, तर अंगणात ये की. उंबऱ्यावरनं तोंड सोडू नकोस. दुसरी माणसं अंगावर घालायची, त्याचं खाऊन त्यालाच मातीत घालायचं, मुडद्याचा आंगठा घेऊन खोटे कागद करायचे, असले धंदे करत नसतो मी."

हे बोलणे ऐकून राघूचा तोल गेला. सनकीत पायऱ्या उतरून तो खाली आला. ओरडून म्हणाला,

"माझ्या गोष्टी कशाला काढतोस अण्णा तू? आधी आपल्या पायाखाली काय जळतंय ते बघ. सगळ्या गावाला माहीत आहे. पहिल्या बायकोला घोळसून घोळसून मारलंस –"

राघूचे हे बोलणे मर्मी लागले. अण्णा तावातावात उठला. उजव्या हाताच्या

तळव्यावर त्याने तोंडातली थूंक टाकली. दोन्ही हात चोळले. मग झपाट्याने राघूच्या अंगावर चालून घेतले आणि त्याचा हाडकुळा हात असा ओढला की, त्याचा खुबाच निखळला. राघू घाबरला आणि गर्रकन मागे फिरला. त्याची सगळी ताकद तोंडात होती. अण्णाच्या तावडीत सापडल्यावर आपली धडगत नाही, याची त्याला खात्री होती. हात उखडल्यावर तो कळवळला. माघार घ्यायला लागला. पण अण्णा ऐकणार होता थोडाच? कधी नव्हता, असा राघू त्याच्या अंगाजवळ आला होता. आता त्याचे भुसकटच पाडायला पाहिजे होते. नाही तर पुन्हा तो कधी डाव धरील आणि आपल्याला 'मोकळं' करील त्याचा नेम नव्हता. आता ही संधी सोडून चालणार नव्हती....

अण्णानं हात पिरगाळून त्याला आपल्याकडे ओढला. कानशिलात एक इमानानं ठेवून दिली. दोन्ही बाहुटे घुसळले आणि पुन्हा हात उलटा करून राघूला पाठीवर घेतला. धोबीपछाड करून एकदम खाली आणला. मग पालथा करून त्याच्या कमरेकडेने आपल्या पायाचा खोडा घातला. आपले हात खाली घालून त्याचे हात गुंतवले आणि अशी सवारी भरली की, राघूचा दमच उखडला. निपचित होऊन त्याने धुळीत तोंड घातले. भात्यासारखा तोंडाने हांहूं करू लागला. कण्हू लागला. डोळे पांढरे केले. धापा टाकीत, तुटका आवाज काढीत तो म्हणाला,

"अण्णा, सोड – सोड! मेलो मी –"

"बरं हुईल. गावची घाण तरी जाईल. आता असं सोडतो काय तुला? आईचं दूध आठवलं पाहिजे लेका. आजीच्या म्होतरालाच पाठवतो तुला."

असे म्हणून अण्णाने त्याला उचलला, उंच धरला आणि एकदम जमिनीवर टाकून त्याची उशी केली. उंचावरून पडल्याने राघूची सगळी हाडे पिचून निघाली. जवळ पडलेली फरशीची चिपरंग डोक्यात भसदिशी घुसली. आणि भळाभळा रक्त वाहू लागले. तोंड धुळीने आणि रक्ताने माखले. जमिनीवर तांबड्या प्रवाहाचे थारोळे झाले. कपडे भरले. शुद्ध नाहीशी झाली.

ते बघितल्यावर एकच ओरडा उठला. अनंताची आई ऊर बडवीत आली आणि रडू लागली, "अप्पा – अप्पा –' करीत अनंता धावला. बाकीची पोरे नुसतीच किंचाळत राहिली. कोपऱ्यातले कुत्रे उगीचच भुंकू लागले. बाहेरचे चारदोन बघे आत घुसले. दोघांनी राघूला उचलून घरात नेले. अंथरुणावर निजवले. खोकेत हळदचुना भरला.

मग सगळीकडे शांत शांत झाले.

सगळे झोपले. ताप भरलेला राघू तेवढा बडबडत राहिला. अंगाची चाळवाचाळव करीत पडला. अनंताची आई त्याच्या उशाशी डोके धरून बसली होती. बाकी सगळे झोपले. रात्र सरत होती, ताप वाढत होता आणि राघूचे बोलणे जास्त जास्त भडकत होते.

अनंता अंथरुणावर येऊन पडला होता; पण त्याचा डोळा लागला नव्हता. आत काही तरी खुपत असल्यासराखा तो पालथा होत होता. डोके गरगरत होते... त्याला

काही सुचेना. उमजेना. मघाचा सगळा प्रसंग लख्ख डोळ्यांपुढे उभा राहिला. दुसरे काहीच दिसेना... अण्णा बाजेवर बसून केशवला विचारीत होता, ''आधी कळ कुणी काढली?'' आणि केशव म्हणत होता, ''अंतानंच...'' अप्पा जेवत होता आणि अण्णा अंगणातूनच ओरडत होता, ''का रे माज आला काय तुला न् तुझ्या पोराला?...'' अण्णा राघूचा हात पिरगाळीत होता नि त्याला जमिनीत घालत होता. आप्पा कुथत कुथत म्हणत होता, ''अरे सोड – सोड मेलो.'' आणि अण्णा त्याची उशी करीत होता... मग रक्ताचे थारोळे. कपाळावरून वाहणार आणि सबंध तोंडभर पसरणारा तांबडा ओघळ. वाळक्या रक्ताने काळपट झालेली जागा. लालवट दिसणारी चिपरंग. अंगातला जाळ. ती बडबड....

वेडीवाकडी स्वप्ने देऊन रात्र सरली. अंधार संपला. कळी फुलल्यासारखी सकाळ फुलली. उन्हे रांगत रांगत ओसरीवर आली. माणसे कामधंद्यासाठी हिंडू फिरू लागली. वाड्यातले पुरुष नदीवर पाणी भरायला गेले. बायका चहा करायला चुलवणीपाशी बसल्या. तेव्हा अनंता जागा झाला. बाहेरून येऊन त्याने राखुंडीने दात घासले. अंथरुणावर पडलेल्या आप्पाला दाताला लावायला मिश्री भाजून दिली. आईने उलथण्यावर आरोळे केले होते, ते खाऊन त्याने पाटीदप्तर उचलले. मग मनात काही तरी घोळवीत तो शाळेकडे गेला.

पण शाळेत मात्र गेला नाही.

आधीच उशीर झाला होता. इकडे हिंड, तिकडे हिंड करीत त्याने वेळ काढला. उन्हे वाकली, तापू लागली तसा तो परतला. शाळेजवळच्या पारावर येऊन बसला. विचार करीत, घुटमळत घंटेची वाट पाहू लागला.

शाळेची घंटा नेहमीप्रमाणे उतावीळपणे वाजली. मुले घोळक्याने बाहेर पडत होती. एकमेकांवर रेटीत होती. कुणी पाटीदप्तरे बडवीत होते. कुणी नाकावरून मनगट फिरवून नाके स्वच्छ करीत होते आणि मनगटे भरवीत होते. बोलाचाली, रडारड होत होती. अनंता वाट पाहत थांबला होता.

अखेर भ्यालेला चेहरा घेऊन केशव बाहेर आला. अनंताकडे पाहून बुजला. मान खाली घालून भीतभीत चालला.

अनंता त्याच्याकडे बघत उभा राहिला. हाक मारून म्हणाला, ''केशव –''

केशव दचकला. दचकून तिथेच उभा राहिला.

''चल, चिगूर खायला येतोस?''

''नको. उशीर होईल. अण्णा मारतील मला.''

''अरे कालच्यासारखा वेळ नाही लावायचा. देवाशप्पत. चिगूर काढ की निघूच. अं?''

चिंचेची ती पिवळसर तांबूसगोड फुले केशवच्या डोळ्यांसमोर आली. ती

आंबट चव. चिंचेचा झोका. अक्कलखारेची तुरट....

त्याने मान हलवली. "पण लगी परत यायचं रे." असे म्हणत ते भाबडे पोर अनंतापाठोपाठ दंडाकडे गेले.

दंड ओलांडला. हिरवेगार गवत तुडवीत तुडवीत चिंचबनात पाऊल टाकले. चिंचबनातली म्हातारी झाडे फुलांनी लगडली होती. सहज हात लागला तरी चिगूर मुठीत येई.

आदल्या दिवशी जिथून फुले काढली होती, त्या फाट्याजवळच अनंता केशवला घेऊन आला.

"चिगूर काढ तू. मी चढवतो तुला फाट्यावर."

असे म्हणून त्याने केशवच्या बकोटीला धरले आणि त्याच्याकडे निरखून पाहिले... काही फरक नाही. अगदी तसेच डोळे... तसेच नाक....

विझलेले पुन्हा पेटले. सुप्त वाटलेले पुन्हा चेतले. बोथटलेले पुन्हा धारदार झाले....

अनंताने केशवला उचलले आणि फाट्याला लटकावले. केशवने हसत खिदळत फाटा दोन्ही हातांनी गच्च पकडला. पाय झाडले. तोंडाला ओरबाडणाऱ्या काटक्या चुकवल्या. डोके आत घातले. आता तो भिणार नव्हता. चिगूर काढायला तो अगदी तरबेज झाला होता. कालच त्याने चिगूर काढला नव्हता काय? आता तो फुले काढणार होता. मनानेच झोका घेणार होता. जमल्यास फाट्यावरही चढणार होता. आणि हे सगळे तो हसत हसत करणार होता. अगदी अनंतासारखे.

अनंताने त्याच्याकडे पाहिले. मग शांतपणे झाडाची एक बारीकशी काटकी हाताने मोडली. पानेफांद्या काढून तिची छलकाठी बनवली. फोकासारखी लवलवली. पाठीमागे सरून अंतर घेतले आणि सपाट्याने केशवच्या पाठीवर ओढली.

केशव घाबरला, किंचाळला. त्याला धड खाली येता येत नव्हते. वर लोंबकळत उभे राहावत नव्हते. हाताला रग लागली होती. पाठीत एकदम वेदनांचा लोळ उठला होता. त्याला काहीच समजेना. कशाचाच अर्थ लागेना. त्याने पाय झाडले आणि तो गुरासारखा ओरडला. रडू लागला.

अनंताने पुन्हा एक फोक काढला आणि पुन्हा केशव ओरडला. केविलवाणे रडू लागला.

मग दात खाऊन अनंता मारीत राहिला आणि केशव आकांत करीत राहिला.

अक्क्लखार होती तिथेच होती. गोदनीच्या झाडाला कुणाचाच हात लागला नाही. बाभळीवरचा डिंक जागीच वाळला आणि चिंचेवरचा चिगूर आहे तिथेच राहिला.

□

नव्याण्णवबादची एक सफर

पूर्वी माण नामे देशात एक खेडेगाव होते. तेथे नाना घोडके नावाचा एक अप्रतिम इसम राहत असे. हा इसम अगदीच बोंबलभिक्या असून दिसावयासही बेंगरूळ असे. वाळलेल्या चिपाडाच्या अंगात सदरा घातला, धोतर अडकवले आणि वर एक चारपाच कोन असलेली मळकी पांढरी टोपी अडकवली, तर ते जसे सुरेख दिसेल, तसा हा माणूस दिसत असे. त्याचे डोके लहानसे होते. नाक प्रथम नम्रतेने खाली वाकून नंतर पुढे टोकाला फुग्यासारखे फुगलेले होते. नानाची कातडी इतक्या तरुणपणीच चुरगळलेली असून, तिचा रंग पिवळसर तांबडा आणि तांबडसर पिवळा असा काहीसा होता. त्याची दोन्ही गालफडे एकमेकाला भेटण्यासाठी आत गेलेली होती. आणि त्यामुळे गालाची हाडे धीटपणाने वर आली होती. ती इतकी ठसठशीत दिसत होती की, त्याच्या तोंडामध्ये या गालापासून त्या गालापर्यंत एक लहानशी काठी आडवी करून घातलेली आहे, असे वाटावे. असा हा उंचीने कुलुंगी जातीचा, निस्तेज चेहऱ्याचा माणूस तोंड उघडे ठेवून झोपला, म्हणजे बघणाराला तो मेला आहे, असे वाटत असे.

येणेप्रमाणे वर वर्णन केलेला हा इसम गावात राहून अनेक प्रकारचे उद्योग करीत असे. कधी तो मिशिनीवर बसून शिलाईकाम करीत बसलेला दिसे; कधी कधी तो ठोक तंबाखू घेऊन किरकोळीने बाजारात विकत बसलेला आढळे आणि कधी रानात जाऊन रोजगाराने काम करण्याचाही त्याचा क्रम असे. मात्र तो हे नेहमीच करी असे नाही. काही वेळेस तो चावडीत बसून कुलकर्ण्याबरोबर गप्पा मारीत बसे आणि त्याच्याबरोबर तालुक्याच्या गावीही जाई. लहानपणी शहरात राहून चार बुके शिकल्यामुळे त्यास इकडची तिकडची माहिती बरीच होती. तिच्या बळावर तो तालुक्याला कोणाची काही, कोणाची काही कामे करी आणि चार पैसे कनवटीला

लावून परत येई. एकूण या इसमाचे बरे चालले होते.

नाना घोडके या माणसावर तसा परमेश्वराने फारच अन्याय केला होता. त्याची गावात माडी नव्हती. धंद्यात कसब नव्हते. अंगात ताकद नव्हती आणि बुद्धीच्या नावाने आनंदच होता. त्या बिचाऱ्याला देवाने रागारागाने काहीच न देता या जगात पाठविले होते काय? तसे म्हणावे, तर त्याने नानाला जाता जाता विलक्षण कल्पनाशक्ती दिली होती आणि तिला वाव मिळण्यासाठी सहस्त्र हत्तींचे बळ असलेली जीभ दिली होती. सतत बडबड करीत राहण्याच्या बाबतीत या माणसाची प्रगती आश्चर्यकारक होती. खरेच, त्याच्या जिभेला बिलकुल हाड नव्हते. आणि नव्हते तेच बरे होते; का की त्याचा केव्हाच चुरा होऊन गेला असता.

गावातल्या सगळ्या लोकांना नाना घोडके हा माणूस पूर्ण परिचयाचा होता. तो त्यांना भारी आवडत असे. आपल्या घरी येऊन एखाद्या माणसाने दोन तास आपली फुकट करमणूक केली, तर त्यात न आवडण्यासारखे काय आहे? नाना घोडके वेळ असेल तेव्हा घरोघर हिंडत असे, तास-दोन तास बसून फुलपात्रे भरून चहा पीत असे, पानतंबाखू खात असे आणि गप्पा हाणीत असे. या गप्पा लोकांना आवडत असत, याचे कारण त्यात खरा भाग फारच थोडा असे. पुष्कळसा भाग अद्भुत आणि रोमहर्षक असे. अहो, गप्पा मारणारी माणसे काय थोडी मिळतात? पण पुष्कळसे लोक नेहमी खरेच बोलतात आणि मग त्या गप्पांत काहीच चव राहत नाही, गंमत उरत नाही. लोकांना वाटते, आपण नेहमी बेताबेताने बोलावे; फारशा थापा मारू नयेत; पचेल तेवढेच थोडेसे इकडेतिकडे करावे. पण नानाला हे तत्त्व मान्य नसावे; कानांनी ऐकल्याही नसत, त्या नानाने स्वत: डोळ्यांनी पाहिलेल्या असत; ज्या लोकांनी केवळ बोललेल्या असत, त्या नानाने पूर्ण भोगलेल्या असत. जवळपास जंगल नसले, तरी नानाला वेळीअवेळी वाघ भेटत असे आणि नानाला बघितल्यावर एखाद्या देणेकऱ्याप्रमाणे तोंड चुकवीत असे. पौर्णिमा-अमावस्येला नानाला एखादा समंध नाहीतर मुंजा हमखास भेटायला येत असे. नाना त्यांना खायला चिरमुरे शेंगदाणे देत असे आणि त्यांच्यापाशी चर्चा करीत असे. कधीकधी या पिशाच्चांनी नानाला दिवसाढवळ्याही हटकण्याचा धट्टपणा केला होता. आणि त्याबद्दल नानाच्या हातचा बेदम मार खाल्ला होता. चोर-दरोडेखोर आणि नाना घोडके हा इसम यांचे तर पूर्वजन्मीचेच काही सूतगूत असावे, असा ऐकणाराचा ठाम ग्रह होत असे. कारण, खांद्यावर फरशीकुऱ्हाड घेऊन हिंडणारे, दैत्यासारखे दिसणारे हे पुरुष वारंवार भेटूनही त्याला कधी त्रास देत नसत. उलट त्याला लवून लवून मुजरा करीत. एखाद्या नवशिक्या दरोडेखोराने नानाला आडवे येण्याचा उद्योग केलाच, तर नानाच्या एका टांगेत आणि एका डावात तो तडीपार होत असे. एकदा नानाने तर एकाला असा जोराचा गुद्दा ठेवून दिला होता की, तो माणूस टाणदिशी

उडून झाडाच्या एका फांदीवर आजात जाऊन बसला होता, असे ऐकिवात होते. नाही म्हणायला नानाला राक्षस वगैरे मंडळी मात्र कधी आढळली नव्हती. या अलीकडच्या काळात राक्षसांना हिंडण्यास आणि माणसांना भेटण्यास बंदी असल्यामुळेच ती नानाला भेटू शकली नसावीत. एरवी तीही त्याला खचित भेटली असती. आता तुम्हीच सांगा, या गोष्टी नानाने लोकांना सांगू नयेत तर काय करावे? आणि लोकांना त्या आवडू नयेत तर काय व्हावे?

नाना हा अशा प्रकारचा थोर पुरुष होता. त्याचे घोडके हे आडनाव फारसे कुणाला ठाऊक नव्हते. गावात अनेक नाना होते. लोक कुणाला 'बामनाचा नाना' म्हणत, कुणाला 'नाना आंधु' म्हणत आणि या आपल्या नानाला ते 'नाना नव्याण्णवबाद' म्हणत. म्हणजे असे की, नानाने लोकांना शंभर गोष्टी सांगितल्या, म्हणजे त्यातील नव्याण्णव गोष्टी लोकांना आकलन होण्यासारख्या नसत. फक्त एक गोष्ट त्यांना खरी वाटे. पण नानाला लोकांच्या मताशी फारसे कर्तव्य नसे. तो आपला प्रामाणिकपणाने आपले अनुभव सगळ्यांना सांगत असे. त्याला अमुक एक प्रकारचे श्रोते लागत, असेही काही नव्हते. तो बापई लोकांच्या बैठकीत जितक्या उत्साहाने वटवट करीत असे, तितक्याच उत्साहाने पोराठोरांच्या संगतीतही तो रमत असे.

रात्रीच्या वेळेला जेवणेखाणे झाली की, गावच्या कडेला असलेल्या मोकळ्या बखळीत लोणपाटाचा डाव रंगत असे. चांदण्या रात्रीला तर भोंड येईपर्यंत हा डाव चाले. माथ्यावरचा चंद्र ढळला, तरी पोरे खेळापासून ढळत नसत. अशा वेळी नाना तरसासारखा झुलत झुलत तिथे जाई आणि कुठल्या तरी दगडावर बराच वेळ बसून राही. थोड्या वेळाने म्हणे,

"लई वेळ बसू नगा रे बखळीत."

पोरेही खेळून खेळून दमगीर झालेली असत. कुणी तरी डाव थांबवून विचारी, "का बरं?"

"लेका, ह्या वक्ताला भुतं हमेशा हिंडतात."

दबकलेली पोरे खेळ सोडीत आणि त्याच्यापाशी गोळा होत. मग तो म्हणे, "नायी, आत्ता खेळा तुमी. मी असस्तंवर काय काळजी न्हायी हितं."

घाबरलेला दुसरा कुणीतरी विचारी,

"भुतं ह्या वक्ताला हिंडत्यात?"

"हां."

"हिंडून काय करतात?"

नाना गंभीरपणे सांगे,

"गोट्या खेळतात."

यावर पोरे पोटे धरधरून हसत. भयंकर हसत. म्हणत, "नाना, मज्जा करताय

आ तुमी.''

पण नाना गंभीरपणे त्यांच्याकडे बघत राही. आपल्या बोलण्याचा सामान्य लोक विपरीत अर्थ लावीत आहेत, हे बघितल्यावर ज्ञानी पुरुषाला जसे क्लेश होतात, तसे क्लेश झाल्याचे त्याच्या चेहऱ्यावर दिसे.

तो गंभीरपणे म्हणे,

''तुमाला लबाड वाटतंय न्हवं माजं बोलणं? खरंच बघितलंय म्या.''

''काय बगितलं? गोट्या खेळलेलं?''

''आता गोट्या म्हंजे गोट्या न्हवं, पर काय तरी खेळत हुती खरी. सुरपाट्या बी खेळत असत्याल. अंधार गुडुप होता. मला नीट दिसलं न्हायी.''

''आँ? आरं तिच्या – अन् तुमी कुठं चालला हुता?''

''चाललो हुतो आपलं असाच. येताळाची पालखी निगती अमुशाला, ती बगाय गेलतो.''

हे ऐकल्यावर कुणाची छाती दडपणार नाही? वेताळाची पालखी बघणे, ही काही सामान्य गोष्ट नव्हे. दर अमावस्येला माळावर मोठी दंगल उडते. हजारो दिवट्या नाचतात. भुतांचा मोठा मेळावा भरलेला असतो आणि या लवाजम्यानिशी भुतांचा हा राजा गोंडेदार पालखीतून मिरवत मिरवत जातो. ही पालखी बघणे तर दूरच राहिले, पण अशा वेळी माळावर जाणे, हेही मोठे जोखमीचे काम. भल्याभल्यांची भोंड जिरवणारी ही गोष्ट. ती नानाने इतक्या सहजरीत्या करावी म्हणजे काय?

पोरे चकित होऊन ऐकत राहत. नानाला नाना प्रश्न विचारीत.

''किती भुतं होती?''

''म्या काय लांबपत्तूर गेलो न्हायी. ह्यो ख्योळ चालला हुता, तिथवर मी गेलतो.''

''किती जण खेळत होते?''

''दहावीस तरी असत्याल बाबा. हे आपलं आजमासानं हां. म्या काय मोपलं न्हायी. बिट्टीबिट्टी पोरं हुती.''

''पोरं? भुताची बिट्टी पोरं?''

''खरंच तर काय! लहानलहान पोरं हुती भुताची – आठदहा वर्साची असत्याल.''

''म्हंजे? भुतानाबी पोरं हुत्यात?''

''हुत्यात म्हंजे? – न्हाय तर मग हाडळ कशाला केली देवानं? अरे, नरमादी हायेत तिथं लेकरं हुयाचीच. न्हाय तर त्यांचा वंसखंड हुईल की लेकानू.''

''हां, हे बी खरंच.''

असे म्हणून सगळे गप्प राहत. मग नाना त्याहीपुढचे रोमहर्षक अनुभव सांगे. एकदा एक खऊट भुताची आणि त्याची गाठ कशी पडली होती, नानाला न

ओळखल्यामुळे त्याने कसा दंगा केला होता आणि नानाने शेवटी त्याचे पुढचे तीनचार दात कसे पाडले होते, याचे सुरस आणि मनोरंजक वर्णन त्याच्या तोंडून ऐकावयास मिळत असे. हे बोचऱ्या तोंडाचे भूत पुढे बऱ्याच लोकांना कसे दिसले होते. त्याच्या बोचऱ्या तोंडामुळे एका हाडळीशी ठरलेले त्याचे लग्न कसे मोडले होते, याचीही कथा त्याला मग नाइलाजाने पुढे सांगावी लागे.

मोठ्या माणसांपैकी कुणी असली गोष्ट ऐकली आणि नानाला विचारलेच, "नाना, बरी तुज्या अंगात एवढी ताकद हाय! चांगल्या चांगल्या नामांकित भुताला एका रट्ट्यात आडवं केलंस त्या, आँ?" तर नाना म्हणे, "ही सगळी बजरंगाची कृपा हाय. त्यो प्रसन्न हाय म्हणून सगळं चाललंय बाबा."

नानाची ही नव्या गोष्टीची प्रस्तावना असे आणि मग विचारणाऱ्याला साहजिकच पुढे म्हणावे लागे,

"म्हंजे मारुतराया तुला परसन्न हाय?"

"हां."

"ते कसं काय?"

हा प्रश्न ऐकल्यावर नाना शून्य दृष्टीने आभाळाकडे बराच वेळ बघत राही. बोलावे की न बोलावे, अशी घालमेल त्याच्या तोंडावर चाललेली दिसे. मग उभ्या पायांना दोन्ही हातांची मिठी मारून इकडेतिकडे बघत तो खाजगी आवाज काढून म्हणे,

"सांगू म्हणता?"

"सांगा की – सांगाच."

"पर कुटं बोलायचं न्हायी आं हे."

"छ्या! असं कसं व्हईल?"

"मग सांगतो." असे म्हणून नाना सुरुवात करी, "म्हंजे काय झालं – माजी बऱ्याच दिवसापासून विच्छा की, मारुतरायचं समक्ष दर्शन आपल्याला व्हावं. पण ते कसं काय जमावं? विचार करता करता शेवटाला मला एक कळ सापडली. मला एक माहीत. रामनवमीच्या दिवशी रामाची कथा देवळात चालली, म्हणजे मारुतिराया सगळ्यांच्या अगुदर तिथं येऊन बसतो आन् कथा संपल्यावर सगळ्यांच्या मागनं जातो. मग मी रामनवमी येस्तवर थांबलो आन् मग देवळात जाऊन बसलो."

"कुठल्या, आपल्या देवळात काय?"

"ह्यॅ! आपल्या देवळात काय हाये ढेकळं? तवा मी तुळशीबागेत गेलतो पुण्याला. काय फस्कलास राम आहे महाराज तिथं!"

"मग पुढं काय झालं?"

"पुढं काय? – कथा सुरू व्हायच्या आधी एक म्हातारा तिथं येऊन बसलेला

म्या बगितला. मनात म्हटलं, अरेच्च्या! – कथाबिथा संपली. प्रसाद झाला. समदी माणसं घरोघर चालली. पर ह्यो म्हातारा खांबाला टेकून बसला होता त्यो तसाच. तो काही जागचा हलला नव्हता. मग म्या मनात म्हटलं, अरेच्च्या... मग उठलो आन् एका खांबाच्या आड उभा राहिलो. कुणी न्हाई, असं बगितल्यावर त्यो म्हातारा उठला की. काटी टेकत टेकत जायला निघाला –''

''मग फुडं?''.

''मग काय? झटक्यानं पुडं गेलो आन् धरले घट पाय त्याचे. त्यो म्हातारा 'आं आं...' कराय लागला. 'सोड सोड माजं पाय' म्हनाय लागला. पर म्या काय सोडलं न्हाई. म्या त्याला स्पष्ट सांगितलं, 'मारुतराय, तुला म्या वळखलेलं हाय. आता दर्शन दे, न्हायी तर हे पाय सोडत न्हायी.' ''

''मग? दिलं का दर्शन?''

''अरे, इतक्या लवकर दर्शन दिलं, तर त्यो देवाचा अवतार कसा हुईल? – सारखा मला म्हनायला लागला, 'सोड सोड! तुजं टकुरं फिरलंय. मी गरीब म्हातारा हाय. माजं कशापायी पाय धरतूस!' पर म्या काय ऐकंना. मग बाबा खळवला. लाल डोळे केले. काठी घातली जांघाडावर. तरी म्या काय पाय सोडेना. मग मातुर मऊ आला, म्हनाला, 'ह्या हितं सगळ्या म्होरं उगी देखावा नगं. चल बाजूला बोळात' मग बोळात गेल्यावर महाराज काय? शेपटीसगट दर्शन! अगडबंब रूप. अक्राळविक्राळ. म्या लई भ्यालो बाबा! डोळे गच् मिटून घेतले. मग मारुतरायानं पाठीवरून हात फिरिवला. म्हनला, 'नाना, भिऊं नको. मी तुझ्यावर प्रसन्न हाय. बोल, तुझी काय विच्छा हाय?' ''

''मारुतराया म्हराटीतच बोलतो का?''

''काय लेका अक्कल तुजी! – ॲहॅ! लेकानू, अरे, देवाला समद्या भाषा येत्यात. भक्ताची जी भाषा आसंल, ती त्याची आसतीय.''

''पटलं. मंग तुमी काय मागितलं?''

''म्या म्हनलं, मला काही नको. तू प्रसन्न असल्यावर आणखी काय पायजे? पर त्यानं लई जोर धरला. काही तरी मागच म्हनला. तवा म्हनलो, 'देवा, मला तुज्या खांद्यावर बसून फिरव. रामलक्ष्मणाला नेलंस तसं ने. आमा गरिबाला कुटलं आलंय विमान अन् फिमान. तूच फिरीव आता.' ''

''मग? फिरून आला काय?''

''तर – खांद्यावर बसून लांब नेलं मला. उंच-उंच-उंच नेलं. किती उंच नेलं माहीत हाये?... इमानाच्या वर. फ्रेंची आन् जर्मल इमानं पाक खाली राहिली. लई उंच गेलो. माजं तर बाबा डोळंच फिरलं! त्यानं मला कवा खाली आनलं अन् कवा त्यो गप झाला, पत्त्या न्हाई मला... अशी गोष्ट.''

हे ऐकल्यावर लोक मनात गारीगार होत, पण सगळे गप्प राहत. एकमेकांना खुणावत. मग कुणी तरी म्हणे,

"तुझं काय बाबा, तू राजामानूस हायेस. जितं जानार तितं कमान उंच ठिवनार आपली. तुला काय कमी?"

बस्स! एवढाच अभिप्राय नानाला हवा असे. तो मिळाला, की तो खूश होई. जमल्यास एखाद्या वेळेस तो सगळ्यांना चहापाणी देई. बिड्या देई. सगळ्यांना खूश करी आणि स्वत: तृप्त होऊन घरी चालू लागे.

हे सगळे खरे होते. बरे होते. तरी पण नानाच्या मनात एक गोष्ट डाचत होती. तो आता पस्तिशीला आला होता आणि तरीही त्याचे लग्न झाले नव्हते. लग्नाचे वय होऊन आता पंधरा वर्षे लोटली होती. पण नानाच्या घरी कधी लुगड्याची सळसळ ऐकू आली नव्हती. एखादा गोरागोमटा, नाजूक, हिरव्या गोंदणाने रंगलेला हसरा मुखडा त्याच्या घरी कधीच दिसला नव्हता. काकणाने भरलेले लहानसे हात त्याच्या अंगावरून कधीही फिरले नव्हते आणि त्याचे वेडेवाकडे तोंड कुणीही कुरवाळले नव्हते. त्याच्याशी इतक्या वर्षांत कुणी लाडेलाडे बोलले नव्हते. कुणी रुसले नव्हते, कुणी फुगले नव्हते. डोळ्यात राग आणून पण पोटात माया ठेवून उंबऱ्यावर त्याची कुणी वाट पाहणारे नव्हते. खरेच, त्याला कुणीच नव्हते. घरात तो एकटा होता. तो आपले अन्न आपणच शिजवीत होता, आपले कपडे आपणच धूत होता आणि खरकटी भांडीही आपणच घासत होता. घरातून बाहेर पडताना कुलूप लावीत होता.

नानाच्या बरोबरीच्या सगळ्या माणसांची लग्ने झाली होती. त्याच्यापेक्षा लहान असलेले तरणेबांड उमेदवार गडी उजवले होते. तोंडावरून माशी न उठणाऱ्या सदा न्हाव्याचे लग्न झाले होते आणि त्याला तीन लेकरे होती. नेहमी खाली मान घालून चालणाऱ्या, घाबरट चेहऱ्याच्या गणा वाण्याचे लग्न झाले होते आणि त्यालाही सहासात पोरेबाळे होती. गावातल्या सगळ्या मेंगसमाऱ्या, मिलमिशा लोकांना बायका मिळाल्या होत्या आणि त्यांच्या पोटी वंश वाढत होता. ज्यांचे चेहरे पाहिले, की त्यांना पोरे कशी झाली असतील, अशी शंका यावी, त्यांनाही देवाने सगळे भरभरून दिले होते. आता त्यांना काळ्या मिचकूट बायका मिळाल्या होत्या, ही गोष्ट खरी होती. सदा न्हाव्याच्या बायकोचा एक हात मोडका होता. गणा वाण्याची बायको एका डोळ्याने हेकणी होती. पण या गोष्टी फारशा महत्त्वाच्या नव्हत्या. त्यांना बायका होत्या, हेच महत्त्वाचे होते. नानालाही अशीच एक बायको हवी होती. ती जातीने बायको असावी, एवढीच त्याची इच्छा होती. तिने अंगाला लुगडे गुंडाळावे, एवढेच त्याला वाटत होते. पण तेवढेही काही घडत नव्हते. कुणीही त्याला मुलगी द्यायला तयार झाले नव्हते, होत नव्हते. भुताचे दात पाडणाऱ्या,

वाघाला हाकलून लावणाऱ्या, चोराला एका रट्ट्यात आडवे पाडणाऱ्या या थोर पुरुषाचे लग्न होऊ शकत नव्हते – होण्याची शक्यता दिसत नव्हती. आणि म्हणून नाना मनात कष्टी होता. आपले आता लग्न व्हायला पाहिजे, असे त्याला फार फार वाटत होते.

लोकांनी फारच छेडले तर तो म्हणे,

"काय करणार? – मारुतरायानं शपथ घातली."

"कसली शपथ घातली?"

"पाच वर्षं लगीन करायचं न्हायी, माज्यासारकं लंगोट बांधून हिंड, म्हणून सांगितलं. मग काय बिलाज?"

"मग आता पाच वर्षं सरली ना?"

"हां. आलीच सरत. आता करायचंच."

मधेच कुणी तरी जादा चौकसखोर विचारी,

"पर नाना, पाच वर्सांपूर्वी का लगीन केलं न्हायी?"

त्यावर नाना म्हणे, "त्या वक्ताला काय जरुरी नव्हती."

"का बरं?"

"त्या येळंला मी शहरात ऱ्हात हुतो."

"बरं मग?"

"तवा एका पारशिणीकडं मी नोकरीला हुतो. ती आवा माझ्यावर लई खूश. मला खायालापेयाला काय देयाची, कापडं नवनवीन काय करायची, काय इचारू नका."

"अरं लेका!"

"व्हय मग! – आपलं कामच तसं हाय. दिसायला फस्कलास बरं का. उगी अशीतशी नव्हं आपली. महालक्ष्मीसारखा मुखवटा उगी. आपल्यावर लई खूश. रातच्याला दारू पेयाची आन् माज्यासंगं डान्स करायची."

"च्या बायलीला पारशिनीच्या."

"मला म्हनाली, 'चल नाना, आपन रजिष्टर करू.' मंग मातुर म्या घाबरलो. म्हनलं, ना नात्याची ना गोत्याची, आन् रजिष्टर करू? छ्या:! हे काम आपल्या बापाच्या हातनं होनार न्हायी. तसाच रातच्याला पळालो."

ही अशी सुंदर आणि श्रीमंत बाई नानावर का भाळली असेल, असा प्रश्न कुणी विचारीत नसे. कारण नाना हा इसम थोर असल्याची खूणगाठ सगळ्यांनी फार मागेच बांधून ठेवलेली होती. आणि नानावर एखादी पारशीण भाळणे यात अशक्य ते काय होते? मागे एकदा तर एक गोरी मड्डम त्याच्या मागे पळत आली होती आणि तिने त्याचा हात धरून 'चल आपण पळून जाऊ...' म्हणून सुचविले होते.

पण हे सगळे खरे असले तरी नानाला लग्न करण्याची इच्छा होती. आपल्या

डोक्यावर एकदा अक्षता पडाव्यात, आपण मांडवाखालून जावे, असे त्याला फार वाटत होते. त्यासाठी तो नाना परीने खटपट करीत होता आणि लटपटीही करीत होता. दिसामासांनी वाढणाऱ्या पोरींकडे तो बारकाईने बघत होता. मुलींच्या बापांच्या घरी उगीचच तासन् तास बसत होता. आडून आडून लोकांना सुचवीत होता. पण या सगळ्याचा काहीच विशेष उपयोग होत नव्हता आणि नानाचे लग्न होत नव्हते. तो मनातून उदास उदास होत होता. दिवस जात होता. महिने जात होते. वर्षे जात होती आणि काहीही विशेष घडत नव्हते.

– आणि मग एक अपूर्व दिवस नानाच्या आयुष्यात उगवला.

दुपारचे बारा वाजण्याची वेळ होती. ऊन एखाद्या निखाऱ्यासारखे फुलले होते. वारा पडला होता. झाडे जशीच्या तशी उभी होती. पाखरे गप्प झाली होती आणि आसपास सगळीकडे शांत होते. माणसे रानात कामाला गेली होती आणि पारावर बसून नाना एकटाच आभाळाच्या मांडवाकडे बघत बसला होता. त्याने पाय खाली अधांतरी सोडले होते. दोन्ही हातांचे तळवे पाठीमागे जमिनीला रुतवले होते आणि चेहरा वेडावाकडा करीत तो शीळ वाजवत होता. मधेच लावणीची एखादी अर्धवट ओळ म्हणत होता.

अशा वेळी लांब फुफाट्यातनं चालत, उन्हातनं तळत एक माणूस हळूहळू नानाच्या दिशेने आला. पारावर बसून टेकला. हुशहुश करीत त्याने धोतराच्या सोग्याने घाम पुसला. अंगात एक मळका सदरा, आखूड धोतर, डोक्यावर मोठी शेंडी, कपाळावर काळी अक्षत – पाठीशी गाठोडे.

नाना हसला आणि म्हणाला, "बसा पावणे. लई घाबरे झालाय तुमी."

"होय."

असे म्हणून तो ब्राह्मण झाडाच्या बुंध्याला टेकून रेलला. गप्प बसून राहिला.

जवळ माणूस आल्यावर नानाला गप्प बसवत नसे. त्याने थोडा वेळ त्याच्याकडे टक लावून बघितले, मग विचारले, "कुठले?"

"नरसिंगपूरचा."

"हिकडं कुट निगाला?"

"गिरीला गेलतो. व्यंकटेशाचा प्रसाद आणलाय. तो द्यायला यजमानाकडे चाललोय दहिवडीच्या. गावं घेत घेत चाललोय."

"मग आमाला द्या की राव देवाचा प्रसाद."

"घ्या की. देवाच्या प्रसादाला नाही कोण म्हणेल?"

असे म्हणून त्या ब्राह्मणाने बोचक्यातला बटवा काढला. हळदकुंकू दिले. आणि वाळून कोळ झालेला चिमूटभर शिरा नानाच्या हातावर ठेवला.

नानाने प्रसाद तोंडात टाकला. हाताचा तळवा, बोटे चाटून चाटून साफ केली.

मग विचारले,

"प्रसादाला गुन हाय का हो ह्या?"

ब्राह्मण बोचके बांधीत आश्चर्याने म्हणाला, "गुण आहे का म्हणजे?"

"न्हायी, काय काय प्रसादाचा लई गुण असतो म्हनत्यात. धरलं ती विच्छा पुरी हुती."

ब्राह्मण हसला. म्हणाला,

"तुमची काय इच्छा आहे?"

नाना पहिल्यांदा घुटमळला. थांबला. मग अखेरीला त्याने आपली इच्छा आडपडद्याने सांगितली.

ते ऐकून ब्राह्मण म्हणाला,

"बगू तुमचा हात."

आणि मग नानाने धोतराला पुसून पुढे केलेला उजवा हात हातात घेऊन तो बारकाईने बघत राहिला.

"होईल. या मार्गशीर्षात तुमचं लग्न होईल. भलाभक्कम योग आहे."

नाना चकित झाला, हरकला. म्हणाला,

"आं! – मार्गशीर्ष तर आठा दिवसावर आला."

"येऊ दे. पण मार्गशीर्षांत तुमचं वाजतंय म्हणून समजा."

"खरं म्हनता?"

"अगदी खरं. पण त्याला काही ठराव आहेत. ते मात्र पाळायला पाहिजेत."

"काय ठराव हायेत?"

"सगळा देव देव नीट करायला पाहिजे."

"करीन की. सद्या बी करतूच. दर शनवारच्याला मी नेमानं वाटीभर तेल घालतो मारुतीला."

"घालीत जा – आन् मांसमच्छी खायचं नाही."

"आपुन बाबा कधीच खाल्लेलं न्हायी त्ये."

"चोरी, चहाडी, शिंदळकी करायची नाही."

"छ्या:!"

"खोटं बोलायचं नाही."

"न्हायी."

"मग होईल तुझं लग्न."

असे म्हणून ब्राह्मण उठला आणि गावात निघाला. खांद्यावर बोचके टाकून झपाझप गेला. बोळात वळून दिसेनासा झाला.

मग नाना तिथेच बसून राहिला.

त्याला मनातल्या मनात आनंदाचे कढ येत होते. अंगातून गोड झिणझिण्या निघत होत्या. शरीर कापत होते आणि मन उगीचच विचार करीत होते. आपल्या लग्नाची शुभ वेळ अखेर जवळ आली. गेली पंधरा वर्षे ज्या गोष्टीची आपण वाट पाहिली, ती गोष्ट आता होणार. ठीक आहे. अजिबात नसल्यापेक्षा उशीर झालेलाही काही वाईट नाही. कशी का होईना, पण एक बाई घरात येणार हे आता कायम झाले. मग कुणी काही म्हणो... म्हणजे आपल्याला या घटकेपासून लग्नाची तयारी करून ठेवायला पाहिजे. चार पदार्थ करून ठेवले पाहिजेत. दोनचार नवे कपडे केले पाहिजेत. आणखीही पुष्कळ करून ठेवले पाहिजे....

नाना असा विचार करीत किती तरी वेळ पारावरच बसून राहिला. दुपार ओसरत आली. दिवस बुडत आला. हळूहळू संध्याकाळच्या सावल्या पडू लागल्या. तरी देखील तो जागचा हलला नाही. आनंदाने तो गुदमरून जात होता. पण तरीही त्याला काय करावे हे कळत नव्हते.

रानात गेलेली माणसे एकामागून एक परत आली. हळूहळू अंधार पडू लागला. परत येणाऱ्या माणसांना पारावर बसलेला नाना दिसला. त्यांनी हळी दिली आणि म्हटले, "रामराम हो नानासाहेब."

नानासाहेबांनी बसल्याबसल्या हाताने रामराम घेतला. तोंडाने म्हटले, "रामराम – या बसा. टेका की थोडं."

कुणी म्हणाले, "हे आलोच घराकडनं. गुरं बांधून येतो. बसा."

पण रिकामे होते ते बसले. पारावर नेहमीप्रमाणे गप्पांचा ताफा बसला. एक, दोन, चार करता करता आणखी मंडळी आली आणि अड्डा नेहमीएवढा झाला. पानतंबाखू, विड्या यांची देवाणघेवाण झाली. आसपास लाल मुखरसाचा सडा पडला. हवेत धूर झाला आणि मग नाना विषयांवर गप्पा निघाल्या. फौजदाराची फेरी, तगई, रामा येलप्पाची भानगडखोर बायको, येशा बंडगर आणि संभा माळी यांची बांध रेटारेटीवरून झालेली झकाझकी, हे सगळे विषय चघळून झाले. त्यात काही चवचोथा उरला नाही.

नाना इतका वेळ उगी गप बसून होता. त्यामुळे कशात काही रंग भरत नव्हता. नानाने एखादी ठेवून दिल्याशिवाय दिवस उजाडला आहे, असे कुणालाच वाटत नसे.

शेवटी दाढीची खुरटे वाढलेला, मुसलमानाचा गबाळ्या बाबू म्हणाला,

"काय नानासाहेब –"

"ओ."

"काय खबरबात?"

"काय तसं विशेष काही नाही."

नाना असे म्हणाला खरा, पण मग त्याला आदले दिवशी रात्री वाटेत किरडू निघाले होते, त्याची आठवण झाली. तो उत्साहाने म्हणाला,

"काल घरी निघालो रातच्याला अन् वाटेत काय म्हाराजा, सर्प निघाला एक –"

नानाने अशी सुरुवात केली, की बाकीच्यांचे चेहरे आश्चर्याने भरून जात. ते फक्त नम्रतेने काही किरकोळ शंका विचारीत राहत आणि बाकीचे सगळे मुकाट्याने ऐकून घेत. हे आता ठरून गेले होते.

आजही बाबू चकित होऊन म्हणाला,

"आसं?"

"तर काय राजे हो!"

"ते कसा काय निघाला?"

नाना खाकरूनखोकरून म्हणाला,

"म्हंजे कसंकसं झालं, मी रातच्याला निघालो का घराकडं –"

"हां."

"साधारण बाराएकचा टाईम आसंल बघा. चांदनं पिटासारकं पडलेलं. म्हनलं, उगी जरा हिंडावं, म्हणून निघालो हिकडंतिकडं. अन् वाटेत ह्यो गडी. भला लांब. धा फूट लांब अन् माज्या मांडीएवढं जाड. ईतईत केस अंगावर. म्या तर गड्या भिऊनच गेलो बाबा. पर करतो काय? त्याला वलांडल्याबिगर वाट नाही घराकडं. थांबलो थांबलो – अगदी कंटाळून गेलो. शेवटी घेतलं देवाचं नाव आन् सुटलो. डोळे गच मिटून घेतले आन् निघालो."

"मग काय झालं बरं?"

"काय हुयाचं? फस् फस् करून अंगावर आला एकदम. बगतो तर पाच फड्यांचा नाग. मग मात्र जिवाची आशा सुटली. म्हनलं, आता मेलो. आता काय घरी पोचत न्यायी. मनात मारुतरायचा धावा केला –"

आणि मग नाना एकदम थांबला. देवाचे नाव काढल्यावर त्याला एकदम दुपारची गोष्ट आठवली. तो ब्राह्मण सारखा त्याच्या डोळ्यांसमोर येऊ लागला. म्हणू लागला, तुझं लग्न नक्की मार्गशीर्षात आहे. पण लबाड बोलू नकोस. खोटं वागू नकोस....

नाना घुटमळला, थांबला. तो काहीच बोलेना हे बघून सगळे जण त्याच्याकडे आश्चर्याने बघत राहिले. असे कधी घडले नव्हते. नानाच्या बोलण्याचा ओघ असा मधेच कधी तुटल्याचे त्यांच्या आठवणीत नव्हते.

शंकर येलपले म्हणाला,

"नाना, जिवावरचा प्रसंग होता – मग फुडं काय झालं?"

नाना उसासा टाकून म्हणाला, "काय हुयाचं?... आन् एकदम मी जागाच झालो. बघतो तर कुटं कायी न्हायी."

"म्हणजे?"

"म्हंजे काय? अरे, लेकानु सगळं सपनात झालं ह्ये. स्वप्न पडलं मला."

नानाच्या गोष्टीचा हा शेवट अगदीच अनपेक्षित होता. अशी गोष्ट त्यांनी नानाच्या तोंडून कधी ऐकली नव्हती. नाना जे जे सांगत आला होता, ते ते सगळे अनुभवाचे असे. खरे असे. त्याला स्वप्नेबिप्ने बिलकुल पडत नसत. लोकांच्या स्वप्नात दिसणाऱ्या गोष्टी त्याला प्रत्यक्ष दिसत असत, भेटत असत. मग हे आज असे विपरीत कसे घडले? गडी आज नशापाणी करून तर आला नाही? नाही म्हणावे, तर मग हा माणूस आज असे कसे बोलला? नेहमीप्रमाणे तो खरे का बोलला नाही? आज नानाला झाले तरी काय?....

लोकांच्या मनात नाना विचार आले. त्यांच्या मनात सारखे आश्चर्य वाटत राहिले. कुणीच काही बोलेना.

शेवटी येलपले म्हणाला,

"अरे, आत्ताच तू म्हनलास की घराकडे निगालो होतो आन् वाटंत त्यो दिसला–"

नाना पुन्हा मान खाली घालून म्हणाला,

"व्हय. म्हनलो होतो."

"मग?"

"त्ये उगी आपलं किरडू होतं."

'पण लांबलचक आसंल –" बाबू आशाळभूतपणे म्हणाला.

"कुठलं आलंय! ह्ये उगी बोटभर हुतं."

"अरारा – पर मारलंस न्हवं? गरागरा फिरवून मारलंस का न्हाईस नेहमीसारकं?"

"छ्या:! गरागरा फिरवून कुटला मारतोय मी!"

"मग?"

"म्या बघस्तंवर पाक गेलं निघून. पुन्हा पत्त्या न्हायी त्येचा."

हे ऐकल्यावर मात्र सगळ्या माणसांचे चेहरे काळवंडले. नानाचे हे असले चमत्कारिक बोलणे त्यांना मुळीच आवडले नाही. अशा गोष्टी काय नेहमीच घडतात. त्यात विशेष ते काय आहे? जे काही निराळे असते, विशेष असते, ते नानाजवळ होते आणि ते त्याच्या तोंडून मुळीच निघत नव्हते. मग अशा गप्पांना काय चव राहिली? त्यापेक्षा त्या न केलेल्या काय वाईट?

रात्रीच्या वेळी नेहमीच्या सवयीने नाना बखळीत येऊन बसला, तेव्हा पोरे अजून जमत होती. कुणी आले होते. कुणी आले नव्हते. खेळ अजून सुरू व्हायचा होता.

मग पोरांनी एकमेकांना डोळा घातला. नानाभोवती कडे करून सगळे जण

बसले. काही तरी बोलत राहिले.

शेवटी एक जण म्हणाला,

"नाना, आज गप!"

"न्हायी बा. गप कशापायी?"

"मग तुमची एक गोष्ट सांगा की."

नाना उत्साहाने म्हणाला, "हो, हो. गोष्टीला काय तोटा!"

"मग सांगा."

असे म्हणून सगळे जण त्याच्या तोंडाकडे उत्सुकतेने बघत, एकमेकांना कोपरांनी खुणवीत गप्प झाले. कान टवकारून ऐकत राहिले.

नाना म्हणाला,

"एकदा काय गंमत झाली, असाच मी चालतो हुतो जंगलातनं. रातचा टाईम. काळागुडुप अंधार. डोळ्यात वाती घातल्या, तरी दिसायचं न्हायी असला अंधार. अन् वाटंत मला एकदम काय दिसलं आसंल?"

"काय?"

"चालवा की डोस्कं जरा. बगू."

"व्हाघ?"

"हॅट्!"

"शिंव्ह?"

"हॅट्!"

"मग भूत?"

"अरे हॅट्!"

"मंग न्हायी आमचं डोस्कं चालत. तुमीच सांगा आता."

"माज्या म्होरं कोन आलं माहीत आहे?"

"कोन?"

"माज्या म्होरं बगा –"

असे म्हणून नानाने तोंड उघडले आणि ते एकदम घाईघाईने मिटले. त्याच्या डोळ्यांसमोर दुसरे-तिसरे कुणी आलेच नाही. दुपारचा तो गुणी ज्योतिषी सारखा त्याच्यासमोर उभा राहिला आणि म्हणू लागला, "नाना, लबाड बोलू नकोस. घात होईल."

मुलांची उत्सुकता शिगेला पोचली होती.

"कोन आले तुमच्यासमोर?"

नाना बराच वेळ गप्प राहिला. मग चेहरा टाकून हळू आवाजात म्हणाला,

"म्हंजे तशी काय विशेष गंमत झाली न्हायी."

"तरी पण?"

"न्हायी, काहीच भेटलं न्हायी मला."

हे ऐकल्यावर सगळ्यांची भयंकर निराशा झाली. त्यांनी चेहरे वाकडे केले.

"पर नाना, जंगलात काय दिसलं न्हायी?"

नानाने एक उसासा टाकला. मान हलवली.

"न्हायी. खरंच न्हायी."

"शिंव्हसुदिक न्हायी?"

"न्हायी."

"जंगलात काहीच दिसलं न्हायी, आसं कसं हुईल?"

नाना चेहरा टाकून म्हणाला, "जंगलात मी गेलोच न्हायी."

"आँ?"

"व्हय."

"पर काळागुडुप अंधार हुता. रातचा टाईम तर हुता."

"कुटला आलाय रे रातचा टाईम? चांगलं ध्यादिवसा गेलो आन् आलो."

"मग गेलता तरी कुटं आसं?"

"कुटं न्हायी बा. म्या कुटंच गेलो न्हायी."

नानाचे एवढेच शब्द तोंडातनं काढले आणि मग तो तिथे थांबलाच नाही.

"चालू द्या खेळ तुमचा –" असे म्हणून तो उठला आणि भराभर चालू लागला. खांदे पाडून हळूहळू लांब निघून गेला.

सगळे जण एकमेकांकडे चकित होऊन बघत राहिले. त्यांना काही बोलणेच सुचेना. शेवटी एक जण थुंकला. नाना गेला त्या दिशेने. कडवटपणाने थुंकला. आणि जोरात शिवी देऊन म्हणाला, "च्या बायलीला! लबाड बोलतोय – खरं सांगत न्हायी."

आणि मग सगळे गाव हेच म्हणत राहिले. हा माणूस पहिल्यासारखे बोलत नाही, खरे सांगत नाही, अशी सगळ्यांचीच भावना झाली. नानाला कुणी तरी झपाटले असले पाहिजे, असे त्यांना वाटू लागले. नाही तर तो असा कसा बदलेल? एखाद्या कपड्याला कसर लागावी, त्याप्रमाणे त्याच्या जिभेला एकाएकी अशी कसर कशी लागेल? परवापर्यंत छानबाज बोलणारा हा माणूस इतका अवचित कसा पालटेल?... आणि तो जर इतका बदलला असेल, तर मग त्यात ध्यान देऊन ऐकण्यासारखे काय राहिले? मीठमिरची आणि गूळ-शेंगदाणे यांच्यावरच्या गप्पा आम्ही ऐकाव्या काय?....

गावातल्या लोकांना सारखे या गोष्टीचे नवल वाटत राहिले. पहिल्यांदा त्यांचा

यावर विश्वासच बसला नाही. पण हळूहळू त्यांना ती गोष्ट पटवून घ्यावी लागली. आणि मग त्यांना त्यात काहीच गोडी राहिली नाही. ते नानाला हळूहळू बोलवीतनासे झाले. टाळू लागले. त्याच्याविषयी फारसे अगत्य त्यांना राहिलेच नाही.

नाना तरीसुद्धा कुठे कुठे जाऊन बसे. पण त्याचे बोलणे कुणीसुद्धा कौतुकाने ऐकले नाही. आणि कौतुक करण्याजोगे त्यात होते काय? नानाला पुढे कधीही वाघ आढळला नव्हता आणि त्याच्या मिशांवरून नानाने कधीही हात फिरवला नव्हता. आसपासच्या चोर-दरोडेखोरांनी तर एखादा दुष्काळी मुलूख असल्याप्रमाणे त्या भागावर बहिष्कार टाकला आणि नानाची नि त्यांची मुलाखत पुढे कधी झालीच नाही. पण चोर दरोडेखोर ही निदान माणसे होती. त्यांनी एखादा मुलूख सोडून परमुलखाला जावे, हा भाग समजण्याजोगा तरी होता. पण भुतांना आणि हडळींना तरी काही धाडी आल्या नव्हत्या! त्यांनी निदान हा प्रदेश सोडून वनवासी होण्याचे काहीच कारण नव्हते. पण त्यांनीही तो मूर्खपणा केला होता आणि मग त्या प्रदेशात आता अद्भुत असे काही राहिलेच नव्हते. जे उरले होते ते सगळे रुक्ष, भकास होते. नेहमीचे होते.

हे सगळे नानाला दिसत होते. उघड्या डोळ्यांनी तो हे पाहत होता. ही सगळी त्याच्या नेहमीच्या सहवासातली मंडळी भराभर गाठोडी, वळकट्या बांधून निघून जात होती आणि तो घट्ट ओठ मिटून या सगळ्या गोष्टींकडे पाहत होता. मार्गशीर्षातल्या त्या एकुलत्या एका दिवसाची वाट पाहत होता.

हळूहळू दिवस सरले आणि मार्गशीर्ष आला. सकाळी कडाक्याची थंडी पडू लागली आणि दुपारभर ऊन तावत राहिले. दिवस हळूहळू उजाडले आणि भराभर मावळले. आळीआळीत तोरणे झुलली. घराच्या तोंडावर सुबक गणपतीची चित्रे शोभू लागली. कावेच्या आणि चुन्याच्या पट्ट्यांनी घरं रंगून निघाली. ठिकठिकाणी ताशेवाजंत्र्यांचा धूमधडाका उडाला.

मुहूर्तामागून मुहूर्त आले आणि गेले. आणि तरीही नानाकडे एकही माणूस आढळायला आला नाही. त्याच्या लग्नाची गोष्ट कुणीही काढली नाही. पण नानाने धीर सोडला नव्हता. तो वाट पाहात होता. त्याला दम होता. शेवटच्या मुहूर्तापर्यंत त्याला दम होता. आणि त्याने का धीर धरू नये? अहो, त्या ब्राह्मणाने दुपारच्या रणरणत्या वेळेला दिलेला शब्द कधी खोटा ठरेल काय? अजूनही एखादा मुलीचा बाप आपल्याकडे येईल आणि आपली मुलगी पत्करता का, म्हणून विचारील. तो ब्राह्मण जसा दुपारी एकटाच चालत आला, तसाच हा मुलीचा बाप टळटळीत दुपारी, फुफाट्यातनं चालत चालत लांबून येईल आणि आपल्या नावागावाची चौकशी करीत हिंडेल. नाही म्हणून कुणी म्हणावे?....

पण एक गेला, दोन गेले, तीन गेले, असे करीत अखेर सगळे मुहूर्त संपले.

शेवटातला शेवटचाही दिवस टळला आणि नानाची चौकशी करीत कुणीही गावात आले नाही. दुपारच्या ऐन रणरणत्या उन्हात, फुफाट्यातून चालत, लांबून कुणीही आले नाही. संध्याकाळच्या शांत, उदास वेळेलाही कुणी आले नाही. आणि सकाळच्या प्रसन्न, उत्साही, किलकिलत्या वेळेलाही कुणी आले नाही. लग्नाला उभ्या राहिलेल्या नाना घोडके या इसमाची चौकशी करीत गावात कुणी आलेच नाही.

गावाच्या एका अंगाला वळसा घेऊन नदी वाहत होती आणि तिथे वळणावर मोठा डोह झाला होता. गावाच्या बाजूला काळा खडक उघडाबोडका पसरलेला होता. तिथे नाना नेहमी सकाळी अंघोळीला, कपडे धुवायला जात असे.

गुरे घेऊन पाटवडीकडे निघालेल्या बाबूला आज दुपारचाच नाना नदीकडे चाललेला दिसला. तो थोडा चकित झाला. म्हणाला,

"काय नानासाहेब, आज दोपारचंच आंगुळीला?"

नाना मान खाली घालून सावकाश चालला होता. वर मान करून तो म्हणाला,

"हा."

"अन् मग कापडं घेतली न्हायी बराबर धुवायला?"

"हा. न्हायी घेतली."

असे म्हणून नाना पुढे गेला. वळणावळणांनी चालत, खडकावरनं पुढे गेला. डोहाच्या वळणावर दिसेनासा झाला.

मग तास-अर्धा-तास असा गेला. ऊन रणरणत होते. झाडे गप्प उभी राहिली होती आणि कुठेही कसलाही आवाज होत नव्हता. सगळीकडे अगदी शांत स्तब्ध होते.

– आणि मग 'बुडाला – बुडाला –' म्हणून एकच गोंधळ झाला. नदीच्या डोहाकडनं आरडाओरडा झाला. लोक डोहाकडे धावले. एकच गर्दी झाली.

खडकाच्या वरच्या अंगाला, दरडीवर शेरडीच्या मागे हिंडणारी बाई ओरडून सांगू लागली,

"ह्यो बुडाला आत्ताच. पाच मिंटं झाली."

लोकांनी विचारले,

"कोण बुडालं?"

बाई म्हणाली,

"मला न्हायी ठावं. पर त्यो कोन चाबऱ्या तोंडाचा –"

"कोन? घोडक्याचा नाना?"

"हा, त्योच."

एवढी प्रश्नोत्तरे झाली आणि मग लोकांनी भराभर उड्या टाकल्या. लंगोट लावून पाचसात जणांनी खाली सूर मारला आणि तळ गाठला. शोधाशोध केली

आणि नानाला आजात उचलून वर काढले.

हा वेळपर्यंत काठाला ही गर्दी झाली होती. लोक डोळे ताणून ताणून पाण्याकडे बघत होते. बाया कुजबुजत होत्या. तोंडाला पदर लावून बोलत होत्या आणि इकडे तिकडे पळणाऱ्या पोरांच्या अंगावर मोठ्यांदा ओरडत होत्या.

नानाला वर काढल्यावर गर्दी जमली, ती हटता हटेना. मग लोकांनी ओरडून ओरडून सगळ्यांना सांगितले,

"अरे, व्हा बाजूला. हवा येऊ द्या जरा. मानूस मरायला लागलं, तरी ह्यांचं आपलं धसकट मधीमधी हायेच."

मग मात्र गर्दी हटली. माणसांनी नानाला उलटे धरून गरगरा फिरवले – आणि त्याच्या नाकातोंडातून पाणी काढले. मग कुंभारवाड्यात नेऊन त्याला चाकावर घातले आणि पुन्हा गरगर फिरवले. आणखी पाणी काढले. त्याची भात्यासारखी हलणारी छाती दिसली, तेव्हा माणसे म्हणाली,

"हाय, जित्ता हाय. आता भ्या न्हायी."

मग त्यांनी त्याला घरी नेले. अंथरूणपांघरूण टाकून त्याच्यावर निजवले.

नाना सावध झाला, तेव्हा संध्याकाळच्या सावल्या खाली उतरल्या होत्या. उजेड अंधूक होऊन मागे सरकत होता. त्याच्या उशापायथ्याला लोक बसून राहिले होते. काही तरी कुजबुजत होते. नानाच्या अंगाला विलक्षण ठणका लागला होता. डोळे बधिर झाले होते आणि सुन्नपणा आला होता.

नानाने हळूहळू डोळे उघडले आणि टक लावून सगळ्यांकडे पाहिले.

त्याने डोळे उघडल्यावर सगळ्यांनी सुस्कारा टाकला. मग शंकर येलपले पुढे सरकून म्हणाला,

"नाना आता कसं वाटतं?"

नानाने नुसती मान हलवली आणि तो तसाच विवळत पडून राहिला.

मग बाबू म्हणाला,

"नाना तुला काय झालं? तू असा कसा बुडालास?"

हा प्रश्न ऐकल्यावर नाना चांगला सावध झाला. आपण काय केले, हे त्याला चांगले आठवू लागले. पुन्हा ही नेहमीची माणसे आपल्याला दिसली. आपल्या उशापायथ्याला बसून राहिली, हे बघून त्याला विलक्षण समाधान झाले. मनात भरभरून आले.

हळूहळू उठून तो भिंतीला टेकला. क्षीण आवाजात म्हणाला,

"काय सांगू मर्दांनो, आज मी मरतच हुतो. वाचलो."

"ते कसं काय?"

मग नाना खाकरलाखोकरला. थोडा वेळ थांबला. म्हणाला,

"अरे, त्या डव्हात एक जळकन्या राहती. आसरा राहती. मला काय ठावं न्हायी. म्या सूर मारला आन् तिनं गपकन् पाय धरला माजा. मला म्हणाली, 'नाना, चल माझ्या घरात कायम ऱ्हा. आता तुला सोडत न्हायी.' म्या लई भिऊन गेलो. पर मनात म्हनलं, जय बजरंग–"

बाबू अधीरपणाने मध्येच म्हणाला,

"कशी काय हुती आसरा दिसायला?"

नाना म्हणाला,

"आता काय सांगावं? – लई मऊमऊ अंग हुतं. लक्स साबनासारकी हुती. हातात धरली की निसटायची – अन् मग जवा मी मारुतरायाचे नाव घेतलं तेवा काय गंमत झाली...."

आणि मग संध्याकाळच्या त्या शांत, उदास वेळेला नानाच्या आयुष्याला पुन्हा एकदा अर्थ आला. तो गोष्ट सांगत राहिला. माणसे तन्मय होऊन ऐकत राहिली आणि ते रुक्ष, भकास वातावरण पुन्हा एकदा अद्‌भुततेने भरून गेले.

□

कळस

रात्रीचे नऊ वाजले असावेत. सगळीकडे काळा गुडुप अंधार पसरला होता. दिवसभर ऐन उन्हाळ्याच्या कडाक्याने तापलेली धरणी आता हळूहळू निवत होती. तिचे वाफारे नाकाला जाणवत होते. वारा अगदी पडला होता. झाडे गप्प उभी होती. मधेच एखादी फांदी सळसळे. पण वारा काही अंगापर्यंत पोचत नसे. अंगाची होणारी काहील कमी होत नसे. गावातले रस्ते अगदीच निपचित पडले होते. दिवसभर चाललेली वर्दळ संपून सगळीकडे शांत झाले होते. आवाजाची बारीक पट्टी कुठेकुठे लागत होती. मधूनमधून चार-दोन कुत्र्यांची भुकभुक कानावर पडत होती. आणि तेवढ्यानेही शांततेची जाणीव जास्त होत होती.

गावालगतचे महादेवाचे देऊन आता अगदी सुन्न झाले होते. आत गाभाऱ्यात बारीक पणती जळत होती. पण बाकी सगळीकडे अंधार दाटला होता. कुठेकुठे ओवरीत एखादी चुकार पाकोळी फडफडत इकडेतिकडे उडत होती आणि एकंदरीत सगळे कसे नि:स्तब्ध होते!

देवळात मध्यभागी चौक होता. दरवाजा आणि गाभारा यांना जोडणारा हा चौक होता आणि देवळाच्या भोवताली दगडी ओवऱ्या होत्या. एका ओवरीत तुका बनकर अंगावर पांघरूण घेऊन निवांत, एखाद्या वाघासारखा पडला होता.

त्याने पथारी पसरली होती. डाव्या पायाला उजव्या पायाची तिडी घातली होती. दोन्ही हात डोक्याखाली येऊन त्याचे उसे केले होते. डोळे मिटले होते आणि विचार करीत तुका उगीच पडून होता. मधूनमधून कूस बदलीत होता. अंगाचे पांघरूण छातीच्या भात्याबरोबर वर-खाली होत होते.

तुकाच्या अशा चाळवाचाळवीत बराच वेळ गेला.

आणि मग देवाळाच्या दाराशी पावलांचा आवाज झाला. जडशीळ पायतणांचे

'फट्क फट्क' आवाज निघाले. खालच्या दगडी फरशीवर ते चांगले घुमले. कंदील हेंदकाळताना दिसला. पाठोपाठ हळी आली,

"तुका, ए तुका –"

तुका चट्दिशी उठून बसला. डोळे चोळीत बघत राहिला. कंदिलाचा उजेड डोळ्यात शिरल्यामुळे पहिल्या प्रथम त्याला काही दिसले नाही. पण नंतर ओळखीचे तीनचार चेहरे दिसले. हाडकुळा, निव्वळ कैकाड्याप्रमाणे दिसणारा नामा चौगुले, पोट सुटलेला आणि बेंबीखाली धोतर गेलेला सदा वाणी, उंचेला काळ्याठार वर्णाचा गणपत वाघमोडे, हातात कंदील घेतलेला रामा खरात....

सगळे तुकाला स्पष्ट ओळखू आले.

कपाळाला आठ्या घालून तो म्हणाला,

"का रे?"

"कुटं काय? – उगी आपलं आलो गार पडायला घडीभर हितं. लई कासाविशी हुतीय."

असे म्हणत म्हणत कंदील घेऊन रामा पुढे आला. त्याच्या पाठोपाठ बाकीचे सगळे आले.

महादेवाच्या देवळातल्या ओवरीत तुका रोज झोपत असे. अगदी नेमाने. गेल्या सहा महिन्यांपासून तो न चुकता इथे एकटाच उघड्यावर पथारी टाकून पडत असे. तो पैलवान गडी होता आणि पैलवानाला चार भिंतीत पडण्यापेक्षा मोकळे-चाकळे झोपलेले आवडते, हे सगळ्यांना माहीत होते. मधूनमधून लहर लागली की ही दोनपाच मंडळीही तुकाच्या सोबतीला येत असत; पण ती माणसे सटीसामाशी येणारी. नेमाची नव्हती. उन्हाळ्याच्या दिवसांत महादेवाच्या देवळात गार वाटत असे. थोडेसे वारेही अंगाला लागे. म्हणून अलीकडे केव्हा तरी हे लोक तुकाच्या सोबताला येत असत. पण आज एकदम अचानक ही मंडळी कशी काय इकडे आली? दिवसा काही सांगितले नाही, कुणी बोलले नाहीत!....

तुका असा विचार करीत थांबला, तेवढ्यात त्याच्या पथारीपाशी सगळ्यांनी आपली अंथरुणे ठेवलीही होती. मग कुणी भिंतीला टेकून बसला, कुणी अंथरुणाच्या ओझ्यावर कोपर ठेवून रेलला. रामा खराताने मधोमध कंदील ठेवून सगळ्यांच्या तोंडावर थोडा थोडा उजेड येईल, अशी व्यवस्था केली. नंतर खिशातली बिडी काढून त्याने पेटवली आणि धूर सोडीत तो उगीच कुठे तरी अधांतरी बघत राहिला. वाघमोड्याने पानतंबाखूचा सरंजाम ओंजळीत धरूनच आणला होता. तो जमिनीवर ठेवून त्याने पानाचा बार भरला, तंबाखू खाल्ली. चौगुल्याने नुसतीच तंबाखू चुन्याबरोबर मळली आणि तोंडाच्या कोपऱ्यात सोडून दिली. सदा वाणी धोतरावरून मांडी खाजवीत कंदिलाकडे उगीच बघू लागला. अधनंमधनं तुकाकडे पाहात राहिला.

तुका म्हणाला,

"आज एकदम मंडळी इकडं कशी काय?"

सदा वाण्याने सांगितले,

"बसलो होतो गप्पा हाणीत. लई उकडायला लागलं. गणपत म्हनला, 'जायाचं का रं म्हादेवाच्या देवळात गार पडायला? चला.' चला तर म्हनलं चला."

चौगुले म्हणाला,

"आलो आपलं मजेशीर."

यावर तुका काही बोलला नाही. तो घुम्यासारखा स्वस्थ बसून राहिला. हळूहळू बाकीच्या मंडळींची तोंडे मोकळी झाली आणि मग इकडच्या तिकडच्या गप्पा सुरू झाल्या.

हवापाणी ठीक आहे; पाऊस यंदाच्या वर्षी चांगला पडायला पाहिजे, नाही तर धडगत नाही; गावात दोन फळ्या आहेत आणि त्यामुळे गावाचे वाटोळे होत आहे; हे सगळे विषय निघाले आणि पुरते बोलून झाले. ह्यातून निघालेल्या तात्पर्याबद्दलही कुणी मतभेद व्यक्त केला नाही. सगळ्यांचे दर वेळेला एकमत झाले आणि मग आता बोलायचे काय, असा प्रश्न पडला.

थोड्या वेळाने रामा खराताच्या एकदम ध्यानात आले. मिशी चोळीत तो तुकाला म्हणाला,

"पैलवान, जगन्याच्या बायकोची गंमत कळली का?"

तुकाने नुसती मान हलवली आणि तो इकडेतिकडे बघत स्वस्थ राहिला. तो काही बोलला नाही.

पण बाकीच्यांना उत्सुकता लागली. सदा वाणी एकदम कान टवकारून म्हणाला,

"आँ? काय म्हणालास? कुणाची गंमत?"

सदाचे लग्न होऊन बायको मरूनही गेली होती. त्यावर त्याचे अजून दुसरे लग्न जुळले नव्हते. त्यामुळे या असल्या बोलण्यात त्याला विशेष रस वाटत असे. त्याने घाईघाईने विचारल्यामुळे रामा मिशीला पीळ देता देता हसला. त्याने सांगितलं,

"जगन्याची बायकूची."

"कसली गंमत?"

"तीन वार झाले, ती म्हायेरी गेली न्हवं का?"

"व्हय. माझ्या दुकानावरनंच गेली की! मी बघतच हुतो."

"ती तशीच कुनाबरुबर तरी पशार झाली म्हनत्यात."

सदा 'आ' वासून म्हणाला, "खरं म्हणतोस काय?"

"समद्या गावात झालंय की आज! तुला कसं ठावं न्हाई?"

"मी आज दिवसभर रानातच हुतो. आत्ता ह्यो अंधाराचाच गावाकडं आलो."

"मग बरुबर हाय."

नाकाला जीभ लावण्याचा उद्योग करीत वाघमोडे इतका वेळ उगीच बसला होता. हे बोलणे स्वस्थ ऐकत होता. तो म्हणाला, "ती बायली तशीच उठवळ हुती. मला ठाव हाय."

या बोलण्याने सदाने आपले 'आ' केलेले तोंड त्याच्याकडे वळवले.

"त्ये कसं काय?"

"अरे, उडतं पाखरू वळखत असतो मी! बायामाणसाचं काय कठीण हाय काय? तिची चाल निस्ती बगून म्या हेरलं होतं, की ह्ये आसलंतसलंच काम हाय."

वाणी तोंडात बोट घालून म्हणाला,

"कसली चाल हुती तिची?"

"आद्दर चालायची. अधांत्री चालल्यासारखी चालायची. पाय काय तिचा जमिनीवर दिसायचा न्हाय बग."

बायका अशा अधांत्री चालणाऱ्या असल्या, की त्या अशापैकी असतात, हे ओळखायचे, एवढे ज्ञान वाण्याने मनात जतन करून ठेवले. पण वाघमोड्याला या बाईबद्दल आधीच इतकी महत्त्वाची माहिती होती, याची हळहळ त्याला मनातून फार वाटत राहिली. तो म्हणाला,

"लेका, मग आधीच सांगायचं का नाहीस हे?"

त्याच्या या बोलण्याने चौगुले एकदम फक्कन् हसला. इतका एकदम की त्याच्या नाकातून शेंबूडच बाहेर आला. तो हसल्यामुळे वाणी मनात वरमला. गप्प बसला.

वाघमोडे नाकाला लावलेली जीभ परत तोंडात घालून म्हणाला,

"वाण्या, लेका, तुझी ताकद हाय का ती बाई ठिवायची? आं? तुझं दुसरं लग्न हुईना अजून. अन् मर्दा, तू असल्या गोष्टी करतोस?"

चौगुले हसून हसून म्हणाला,

"लेका, तू कुनीकडं – ती कुनीकडं! ती चवळीसारखी, तू भोपळ्यासारका. काय जोड तरी हाय का?"

वाणी तक्रारीच्या सुरात बोलला, "म्हंजे हे काय बोलनं झालं?"

"मग खोटं हाय का?"

"जोड लावायला काय तिची माझी फडात कुस्ती ठिवायची हाय का? का रं तुका?"

बरोबरचे तिघेचौघे आपली चेष्टा करण्याच्या रंगात आहेत, हे बघून सदा वाण्याने तुकाला कौल लावला. इतका वेळ गप्पा चालूनही तुका काहीच न बोलता

उगी राहिला होता. एका अक्षराने बोलला नव्हता. बोलण्याच्या नादात हे कुणाला कळले नव्हते. पण ते आता सगळ्यांच्या ध्यानात आले. सगळे जण त्याच्याकडे पाहत राहिले.

वाघमोडे म्हणाला,

"का पैलवान, आज अगदी गप्प!"

तुकाने पहिल्यांदा मोठी जांभई दिली.

पलीकडच्या ओवरीतून पोकळ्या फडफडत आल्या आणि त्या चौकात गरागरा फिरून परत जागी जाऊन बसल्या. त्यांच्याकडे बघत तो मनाशीच पुटपुटल्याप्रमाणे पण मोठ्यांदा म्हणाला,

"भडव्यानू, जरा थांबा –"

मग रागीट चेहरा करून अस्वस्थ होऊन तो पुढे बोलला,

"हा काय चावटपणा चालविलाय तुमी?"

तुका पैलवान गडी होता. पैलवानाचे डोके एकदा गेले, म्हणजे मोठे वाईट काम असते, हे सगळ्यांना ठाऊक होते. म्हणून तो असा अडकल्यावर सगळेच मनात दचकले. एकदम चूप झाले.

शेवटी चौगुल्याने धीर केला आणि टाळूला चिकटलेली जीभ बाहेर काढली.

"चावटपना? क – कसला चावटपना?"

"मग आत्ता काय सांगत हुतास?"

"ज – जगन्याच्या बायकोची मज्जा सांगत हुता ह्यो खरात."

वाणी पुन्हा कोरडा उत्साह आणून पुढे सरकत म्हणाला,

"ती पशार झाली म्हंत्यात कुनाबरोबर."

तुका पुन्हा अस्वस्थ झाला. तो ओरडला,

"गप्प बसा. उगाच कुनाच्या नावानं काय तरी चावरट बोलू नका."

हे बोलत असताना त्याचा चेहरा लालबुंद झाला होता, कपाळावर शिरा ताठरल्या होत्या आणि आवाजात कडवटपणा आला होता. ते बघून भेदरट वाणी पुन्हा मागे सरकला. रामाने मिशीवरचा हात चोरट्यासारखा खाली घेतला. बाकीचे दोघे तुकाकडे 'आ' करून पाहत राहिले. त्यांची काही बोलायची हिंमत झाली नाही.

हळूहळू तुकाचा चेहरा पहिल्यासारखा झाला. तोंडावरच्या ताठ शिरा पुन्हा सैल झाल्या. कपाळावरच्या आठ्या गेल्या. शांत होऊन तो म्हणाला,

"तुमी निव्वळ गाडव हायेत लेकानू. आपन काय बोलावं, कुटं बोलावं, ह्याच्या काही अकला न्हायीत तुमास्नी!"

तुकाच्या या बोलण्यावर एक चकार शब्द कुणी उच्चारला नाही. सगळेच मुखस्तंभासारखे गप्प झाले. थोडा वेळ त्या ठिकाणी शांतता पसरली. बाहेर कुठे तरी

कुत्री भुंकली. त्यांचा आवाज स्पष्ट ऐकू आला. ओवरीतली एक पाकोळी फडफडली आणि उडत उडत दुसऱ्या ओवरीत गेली.

मग खालच्या आवाजात तुका म्हणाला,

"लेकानूं, काय इचार? – हे म्हादेवाचं देऊळ. आपन हितं काय बोलावं, काय बोलूं ने, एवढंसुदिक कळू ने का? देवाच्या पायाशी ह्यो फाजीलपणा करायचा म्हंजे काय म्हनावं तुमास्नी?"

गप्पा सुरू झाल्यापासून तुका अस्वस्थ दिसत होता, बोलत नव्हता, या गोष्टीचे कारण आता मंडळींच्या ध्यानात आले. आणि सगळे जण मनात शरमले. आपण काय बोललो, ते त्यांनी मनात आठवून पाहिले आणि त्यांना फारच लाज वाटली. आपण काहीच्या-बाहीच बोलत होतो, असे त्यांना मनापासून वाटू लागले. खरंच, मोटी चूक झाली!... देवाच्या देवळात जाऊन आपण देवाचं दर्शन तर घेत नाहीच, पण चार चांगल्या गोष्टीही बोलत नाही, ही गोष्ट त्यांना पटली. अगदी मनाच्या आतल्या गाभ्यात पटली.

वाघमोडे मान खाली घालून अपराधी स्वरात म्हणाला,

"खरंच, ह्ये आसलं इथं बोलू ने."

सदा वाण्यालाही ही गोष्ट पटली. तो म्हणाला,

"हां हां!"

आणि तो धोतरावरून मांडी खाजवण्याचा लाडका उद्योग करीत स्वस्थ बसून राहिला. बाकीच्या दोघांनीही उगीचच बावळटासारख्या माना हलवल्या. आता पुढे काय बोलावे, हा प्रश्न पुन्हा निर्माण झाला.

मग तुकाने खाकरून-खोकरून खालच्या आवाजात सुरुवात केली,

"आज ईस वर्सं झाली. ह्ये म्हादेवाचं देऊळ हाये आसं हाये. आपल्याला आठवतंय तसं आसंच हाये. त्येचा कळस बांधायचं काम पडलं मागं त्ये पडलंच."

तुकाचे हे शांत बोलणे ऐकून चौगुल्याला धीर आला. जरा पुढे सरकून त्याने सांगितले,

"खरी गोस्ट. पन काय करनार? गावची वर्गनीच संपली. कळस बांधायचं काम ऱ्हावून गेलं. आता कोन बांधनार?"

"का बरं? का ऱ्हाई बांधून हुनार?"

वाणी म्हणाला,

"गावात पैका हाय कुठं?"

तुका चिडून म्हणाला,

"तुमी असंच रडत ऱ्हावा लेकानूं. देवधर्माच्या कामाला पैसा देऊ नगासा. मातीत घालाल पैका, पन असल्या कामाला द्यायची वासना व्हायची ऱ्हाई तुमची."

"तसं न्हवं –''

"मग कसं?''

रामा खरात दगडाच्या तुकड्याने जमिनीवर रेघोट्या ओढीत वेळ काढीत होता. तुकाचे बोलणे ऐकून तो म्हणाला, "खरं म्हंजे कळस व्हाया पायजे आं.''

"आसं वाटतंय ना?''

"पुष्कळ वाटतंय. पन काय करणार?''

"का? आपन गावातनं गोळा करू या पैका. काय हरकत हाय?''

"अन् न्हाई जमला तेवढा तर मग?''

"आधीच असा नाट लावू ने बग. अरं, जेवढा जमंल तेवढा जमंल. बाकीचा आनूं कुनाकडनं मागून.''

तुका असं बोलल्यावर सदा वाण्याच्या डोक्यात एकदम कसला तरी प्रकाश पडला.

"हां हां! सरकारला तगाई मागू आपण. कुटलंही काम काढलं की, सरकार निम्मा खर्च देतं म्हनत्यात.''

या बोलण्याने तुका पुन्हा रागावला. त्याने कपाळाला आठ्या चढवल्या. वाण्याला वेडावून तो म्हणाला,

"तर तर! सरकार निम्मा खर्च दील म्हणं! कशालाही निम्मा खर्च देतं काय सरकार?''

"न – न्हाई, पन आपलं एक सांगितलं!''

"उद्या तू लगीन काडशील स्वतःचं आन् सरकारला निम्मा खर्च मागशील... काय बोलतूस लेका!''

हे संभाषण एरवी झाले असते, तर माणसे गदागदा हसली असती. पण आता आपण हसलो तर तुका जास्त चिडेल, अशा धास्तीने कुणी हसले नाही. त्यांचे हसणे पोटातल्या पोटातच राहिले आणि सगळे जण अपराध्यागत चेहरे करून गपचीप झाले. जणू काही त्यांनी खरोखरच असल्या काही गोष्टी केल्या होत्या आणि सरकारला खरोखरच पैसे मागितले होते!

थोड्या वेळाने वाघमोड्याला वाटले की, आता थोडेसे तुकाला खूश केले पाहिजे; नाही तर हे चमत्कारिक वातावरण असेच कायम राहणार. म्हणून तो म्हणाला,

"वाणी उगीच भरमिट टाळक्याचा हाय. त्येचं बोलणं काय ऐकतोस तुका तू? कळस घालायचं काम व्हाया पाहिजे.''

त्याच्या या बोलण्याला सगळ्यांनी माना डोलविल्या. वाण्यानेही मान डोलावून कबुली दिली. हे काम होणे अगत्याचे आहे, अशी आपली खातरजमा झाल्याचे कबूल केले.

मग तुका खुलला.

"गड्यानो, मग बोला. उंद्याच्यालाच वर्गनी गोळा करायला सुटायचं का?"

"काय हरकत हाय?"

"चालंल."

"मला तर वाटतं, उद्या फाटंपासनंच निगावं."

"जेवडं हुईल तिवडं गोळा करावं."

चौघांनीही हां हां म्हणून अशी कबुली दिली आणि दुसऱ्या दिवशी सकाळपासून गावात हिंडायचे आणि पैसे गोळा करायला सुरुवात करायची, असे एकमताने ठरले. एवढे मोठे महादेवाचे देऊळ, पण त्याला कळस घालायचे साधे काम अजून कसे पुरे झाले नाही, याचे सगळ्यांना जास्त जास्त आश्चर्य वाटू लागले. म्हणजे हे आहे तरी काय? हत्ती जावा आणि शेपटापायी सगळे अडून राहावे?... छे: छे:! हे काम आता लवकर पुरे व्हायला पाहिजे. इतके दिवस झाले तेवढे दुर्लक्ष पुरे झाले. आता हयगय करायची नाही. उद्याच्या उद्या गावातल्या सगळ्या पैकेवाल्या माणसांना गाठायचे आणि त्यांच्या मनावर या गोष्टीचे महत्त्व ठसवायचे. त्याशिवाय कामाला सुरुवात होणार नाही. पैसे जमणार नाहीत.

मग कळस करायचा खर्च किती येईल, याचा अंदाज करण्यात आला. हे काम कुणाकडे सोपवावे, याची थोडकी चर्चा झाली. ते किती दिवसांत आटोपावे, यावर बोलणी झाली आणि त्यासंबंधीच्या इतर अनेक मुद्द्यांचा विचार झाला.

गोष्टी इतक्या थरावर आल्यावर तुकाने पुढचे पालुपद धरले,

"हं! मग चौगुले, बोल, इथनंच सुरुवात करू. मी तर आसं ठरविलंय की, ह्या मोसमांत जेवढ्या कुस्त्या मारीन, त्ये समदे पैशे कळसाच्या वर्गनीत घालीन."

चौगुल्याने कौतुकाने मान हलवली.

"झक्क! अगदी बरोबर बोललास बग तुका तू."

"आता तू बोल. किती आकडा टाकनार बोल."

वर्गणीचे प्रकरण इतक्या झटपट आपल्या अंगाशी येऊन भिडेल, ही चौगुल्याला कल्पना नव्हती. त्यामुळे तुकाचे शब्द ऐकताच तो दचकला. कंदिलाच्या अंधूक उजेडातही त्याचा चेहरा कावराबावरा झालेला दिसला.

"म – मी? मी म्हनतोस काय?"

"व्हय तूच. का?"

"न – न्हाई. तसं काय न्हाई. म-मी – सुदिक देनारच की. आपन काय चार लोकांच्या भायेर हाये का?"

"पन नक्की बोल ना.'

"उद्याच्याला सांगतो. आँ?"

"उंद्याच्याला कशाला? आजच हून जाऊ दे. महादेवापुढं जाऊन बेल उचल म्हंजे झालं."

महादेवापुढे जाऊन बेल उचलायचा आणि पैसे द्यायचा वायदा पक्का करायचा, इथपर्यंत जेव्हा गोष्ट घडली, तेव्हा चौगुल्याचा धीर सुटला. तो बाचकतबिचकत, हळू आवाजात म्हणाला,

"म्हाताऱ्याला विचारतो. आं?– आता ह्यो रातचाच जाऊन इचारतो आणि उद्याच्याला सांगतो."

"त्यात काय इचारायचं हाय?"

"तसं कसं? गठुडं त्येच्याजवळच. माज्याजवळ काय हाय?"

असे म्हणून चौगुल्याने विसकटलेले अंथरूण नीट करून गुंडाळले आणि काखेत मारले. ते बघून सदा वाण्यालाही एकदम कसली तरी आठवण झाली. तो म्हणाला,

"अर्रर्र!"

सगळे जण त्याच्याकडे आश्चर्याने बघू लागले. तुकाने विचारले,

"का रे?"

वाणी म्हणाला,

"एक इसरलंच."

"काय?"

"आज दोन दिवस झालं, पोट पार बिघडलं हुतं. आज दुपारीच म्या सोनामुकी खाल्ली. हिथं झोपून ताप हुनार रातसार. घरीच जायला पायजे."

आणि त्यानेही आपले अंथरूण उचलले.

हे बोलणे ऐकून रामा खरात थोडा वेळ विचारात पडला. त्याने डोके खाजवले. मग त्याच्याही ध्यानात आले की, आपण इकडे देवळात पडायला आलो खरे, पण घरी सोबतीला कुणीच नाही. धाकटा भाऊ रानातून परत येणार होता. पण तो काय, तर्कटी माणूस आहे! आला तर आला, नाही तर नाही. त्याचे काही खरे नाही. आणि मग घरी बायकामाणसे एकटीच. त्यापेक्षा घरी जावे हे उत्तम!

इतका सगळा विचार करून त्यानेही आपली अडचण तुकाला सांगितली आणि जायची परवानगी मिळायची वाट न बघता त्याने अंथरूण उचलले आणि काखेत घेतले. फक्त कंदील उचलण्यासाठी तो थांबला. दुसऱ्याला चुटकी वाजवून गडबड करू लागला.

"ए, चला चला! आटपा आशीक. मला कंदील न्यायचा हाय. घरी वाट बघत बसली असत्याल मानसं. तुम्हाला काय लेकानू? आटपा, खोळंबा हुतोया."

तुका काही बोलला नाही. तो थोडासा थांबला आणि कडवटपणाने वाघमोड्याला

म्हणाला, “तुला जायचं न्हाई का घरी?”

वाघमोडे घाबरून गप्प बसला. चाचरत चाचरत तो म्हणाला,

“मी... मला... माजं... म्हंजे –”

“तुला बी काय तरी काम आसंलच, न्हाई का?”

“न्हाई; काम तसं काय नाही म्हना. पन –”

“पन काय?”

“आता ह्ये तिघं बी निगालेत घरी. मग मी एकलाच हितं बसून काय करू? मला करमायचं न्हाई. म्हनून म्हनतो –”

“जा पळ, सूट!”

तुकाच्या या परवानगीचीच वाघमोडे वाट पाहत होता. ती खुशीने मिळाली का रागाने, याची त्याने फारशी चिंता केली नाही. तुकाने 'जा' म्हणून सांगितल्यावर तोही ताठ झाला आणि त्यानेही आपले अंथरूण गडबडीने उचलले.

चौघेही निघाले, हे बघून तुका म्हणाला,

“जाताय तर जावा. पण उद्याचं इसरू नगा बरं का. सकाळपासनंच ह्या नादाला लागायचं. पैसे गोळा करायला सुरुवात झाली पाहिजे उद्याच. काय वाघमोडे?”

वाघमोडे पावले टाकीत म्हणाला,

“हां हां. अगदी कायम.”

“काय सदा?”

“ठरलं की हो! आता काय प्रश्न राहिला?”

“तू रे रामा?”

“व्हय.”

“अन् नामा, तू? ऱ्हानार ना उद्या आमच्या बरूबर?”

“खास ऱ्हानार. ठरलं.”

तुका संतुष्ट होऊन म्हणाला,

“मग हे ठरलं तर!... जावा आशीक मग लवकर. अंधार हुतोय. रामा, नीट कंदील धर.”

रामा 'होय' म्हणाला आणि भराभर पुढे गेला. त्याच्या पाठोपाठ बाकीचे तिघेही भराभर गेले. कंदिलाच्या बारीक उजेडात अंधार कापीत पुढे पुढे गेले. त्यांच्या वहाणांचा फटक फटक आवाज ऐकू येऊ लागला. कंदिलाचा उजेड कमी कमी होत गेला आणि शेवटी दिसेनासा झाला. पुन्हा पहिल्यासारखा दाट अंधार सगळीकडे पसरला. कुत्र्याची भुकभुक मधूनमधून ऐकू येऊ लागली. या शांत वेळेला तो आवाज फार मोठा वाटू लागला. सगळीकडे पहिल्यासारखे शांत झाले. नि:स्तब्ध झाले आणि एखादी दुसरी पाकोळी इकडेतिकडे उगीचच फडफडत राहिली.

थोडा वेळ फक्त रातकिड्यांचा आवाज सारखा ऐकू येत राहिला.

मग समोरच्या ओवरीत काही तरी हलले आणि त्या अंधारातून कुणी तरी सावकाश चालत चालत, तुका बसला होता त्या ओवरीकडे आले. ओवरीच्या कट्ट्याला टेकून उगीच उभे राहिले.

चेहरा दिसत नव्हता; पण तुकाने त्या अंधारातही ते माणूस बरोबर ओळखले. अंगाला आळोखेपिळोखे देऊन तो कंटाळलेल्या आवाजात म्हणाला,

"कोन राधे, आलीस का तू?"

राधा मंजुळ आवाजात बोलली, "कवाधरनं त्या समूरच्या ववरीत बसून ऱ्हायले हुते मी."

"त्ये वळखलं मी, तकडची पाकुळी उडाली तवाच.'

राधा हसली आणि म्हणाली,

"गेली का मानसं समदी?"

यावर तुकाही थोडासा हसला.

"गेली. मला वाटलं, हितंच झोपत्यात काय की! मग काडलं काय तरी बोलल्यावरनं बोलनं. पैशे मागितले. मंग काय? पळाले समदे!"

मग घोगऱ्या आवाजात तो पुढे म्हणाला,

"आता काय भ्या न्हाई. ये वर!"

☐

सोन्या बामण

सोन्या वर्गात आला आणि लगेच माझ्या लक्षात राहिला. सरळ, लांबोडे नाक, उभट चेहरा आणि शिसवीसारखा रंग. अंगावर कुणाचा तरी उतारा आणल्यासारखे कपडे. मराठी दुसरीच्या मानाने उंच. चांगलाच उंच आणि वयानेही जास्ती. एवढा मोठा, बाप्या दिसणारा मुलगा वर्गात आल्यामुळे आम्हांला मोठे 'आकरित' वाटले. गणिते करण्यासाठी हातात घेतलेल्या पाट्या तशाच कोऱ्या राहिल्या. पेणसली नुसत्याच चुळबुळल्या. पाचपन्नास डोळ्यांनी त्याला पारखून घेतले.

मास्तरांनी त्याचे नाव लिहून घेतले आणि बसायला सांगितले.

सोन्या बसला. अगदी माझ्या शेजारी बसला.

मी त्याला काही तरी विचारणार होतो. पण मास्तर गणिते सांगायला लागले, म्हणून ते तसेच राहिले. पण मास्तरांची खुबी मला ठाऊक होती. एक गणित ते वर्गाला सांगायचे आणि शेजारच्या रुमालवाल्या मास्तरांकडे पान खायला जायचे. जे जायचे, ते चांगले अर्धा तास परत यायचे नाहीत. आम्ही इकडे पाच मिनिटांत गणित करीत असू आणि बाकीच्या वेळात हुंदड्या घालत असू. आजही मास्तरांनी एक गणित सांगितले. 'गणिते झाल्यावर स्वस्थ बसा, कालवा करू नका' म्हणून बजावले आणि रुमालवाल्या मास्तरांकडे ते गेले. त्यांनी तिथल्या टेबलावरच बसकण मारली आणि अजागळासारखे पाय पसरले. रुमालवाल्या मास्तरांनी तंगड्या उडवल्या, टेबलाचा खण दरदर पुढे ओढला आणि पानसुपारी बाहेर काढली.

दोघेही मास्तर पानतंबाखू खाऊ लागले आणि गोबरेगोबरे बोलू लागले.

इकडे मी त्या शेजारच्या पोराला विचारले,

"तुझं नाव काय रे?"

सोन्या इतका वेळ खडूची गुंडी करण्यात निमग्न होता. त्याचे हात खडूच्या

फकीने माखले होते. चेहरा पांढराफट्ट झाला होता. नाकाच्या बोंडालाही खडू लागला होता. आणि त्यामुळे तो सर्कशीतल्या विदूषकासारखा दिसत होता. माझा प्रश्न ऐकून तो एकदम दचकला आणि म्हणाला,

"आँ?"

"तुझं नाव काय?"

"सोन्या."

सोन्या? अरे वा! हे तर मोठे गमतीदार नाव झाले. याच्या घरी मग खूप सोनेबिने आहे काय? अन् अंगावर तर काहीच दिसत नाही! हुडुत्....

"अन् आडनाव काय?"

"देशपांडे."

"कुठनं आलास?"

"तावशीहून."

"तावशी कोणती?"

"तावशी मारापूर."

"नापास झालास वाटतं?"

"व्हय."

त्याने बेफिकीरपणाने सांगितले. तोंडावर विशेष काही दुःख दिसले नाही.

"बाप काय करतो?"

"मेला. घटसर्प झाला आणि मेला. सहा महिने झाले."

"घटसर्प म्हणजे?"

"काय की. आई म्हणाली की घटसर्प झाला म्हणून. मलाही नाही माहीत."

एवढे संभाषण झाले आणि मास्तर परत आले. त्यामुळे ते तितक्यावरच राहिले. मी आणखी पुष्कळ विचारणार होतो. तावशीला गोट्या खेळतात का? तुला येतात का? कोया खेळताना मारायचा गस्टिल केवढ्या आकाराचा ठेवावा? गल उताराला खणावी की चढाला?... पुष्कळ विचारणार होतो. पण मास्तर परत आल्यामुळे मला काहीच विचारता आले नाही.

तो नियमाने वर्गात यायला लागला, तशी ही ओळख थोडीशी अधिक वाढली. पण ती काही फार झाली नाही. ओळखीला नुसते तोंड पडले इतकेच. अजून आम्ही काही दोस्त झालो नव्हतो... त्याने माझी पट्टी मागून न्यावी आणि डाग पाडून परत आणून द्यावी, मी खिशात चुरमुरेडाळ्याचा भत्ता आणावा आणि त्याला आठवणीने खायला द्यावा, इतकी काही ओळख झाली नव्हती. एकमेकांच्या खांद्यावर बसून झाडे ओरबाडावीत, उदार होऊन खेळायला कोया बक्षीस द्याव्यात किंवा मारामारीत त्याची बाजू घेऊन भांडावे, इतकी दोस्ती अजून व्हायची होती. ती पुढे झाली.

एके दिवशी शाळा सुटली आणि मी घरी जायला निघालो, तसा तो माझ्या पाठीमागे आला.

संध्याकाळ होत आली होती. पोटात भुका लागल्या होत्या. मुले गडबडीने पाट्या, दप्तरे संभाळीत घराकडे निघाली होती. शाळेच्या घंटेचा आवाज अजून आटायचा होता. मास्तर निघत होते आणि गडी वर्ग झाडीत होता. सगळीकडे एकच किलकिलाट चालला होता. त्या आवाजात तो काही तरी मला बोलला. पण मला ते ऐकू आले नाही.

पोरे पुष्कळशी बाहेर गेली. कालवा थोडासा कमी झाला. मग मी विचारले, ''काय म्हणालास सोन्या?''

तो थोडा घुटमळला. विचारावे की न विचारावे, असा काहीतरी भाव त्याच्या तोंडावर दिसला. मग म्हणाला,

''तुझ्या वडिलांच्याकडे एक काम होतं.''

वडिलांच्याकडे काम? मला मोठे नवल वाटले.

''काय रे?''

''आहे एक. निरोप सांगायचा त्यांना. आँ?''

''कसला?''

''पण सांगशील ना?''

मी आश्चर्याने नुसती मान हलवली.

''त्यांना म्हणायचं, माझा वार लावता का?''

वार? मला फार आश्चर्य वाटले. वार लावायचा ही काय भानगड आहे? वार लावणे म्हणजे काय असते?

मी उत्सुकतेने विचारले,

''म्हणजे काय रे?''

तो म्हणाला, ''तू विचार तर खरं? त्यांना माहीत आहे.''

''खरं?''

मी पुन्हा एकदा आश्चर्याने विचारले. मनातून त्या क्षणी त्याच्याबद्दल खूप आदर वाटला. आपल्या वडिलांना ज्या गोष्टीचे ज्ञान आहे, तेच यालाही आहे अं? ही तर विचार करण्यासारखी गोष्ट झाली.

रात्री जेवता जेवता मी वडिलांना सगळे सांगितले आणि मला न समजलेला तो अवघड प्रश्न त्यांना सोडवायला दिला. वडील पहिल्यांदा काही बोलले नाहीत. त्यांनी माझ्यापाशी सोन्याची सगळी चौकशी केली. अगदी दिपुटी करतात तशी. मग थोड्या वेळाने त्यांनी माझ्यापाशी निरोप दिला,

''त्याला म्हणावं, आठवड्यातल्या कुठल्याही दिवशी ये.''

सोन्या त्यानंतर दर शुक्रवारी आमच्या घरी जेवायला यायला लागला.

तिथून मात्र आमची दोस्ती फार वाढली. तो माझ्या वर्गात होता. आणि शेजारी बसत होता. आता तर तो जेवायलाही घरी येत होता. मग आमची दोस्ती का होऊ नये? आमच्या पिशव्यांतील वस्तूंची अदलाबदल का घडू नये? आणि आम्ही मिळून रानोरान भटकायला का जाऊ नये? – सगळ्या गोष्टी दोस्तीच्या पोटी घडत राहिल्या आणि त्यांनी आम्हाला जास्त जवळ आणले. आमच्यातला संकोच नाहीसा करून टाकला. एकमेकांवाचून घडीभरही करमेनासे झाले. त्यातून त्याची वाणी मोठी तल्लख होती. नाना भारुडं सांगून तो माझी करमणूक करीत असे. सोन्या जेवायला आला की, रात्री झोपायलाही तो आमच्याकडेच राही. किंबहुना, मीच त्याला आग्रहाने ठेवून घेत असे. रात्री एका पासोडीत झोपून त्याच्या गप्पागोष्टी ऐकणे, हे त्या वेळी फार मोठे आकर्षण होते. आपल्यापेक्षा उंच असलेली माणसे आपल्यापेक्षा विद्वानही असतात, असा माझा लहानपणी गैरसमज होता. तो सोन्याने अधिक घट्ट केला. नाना प्रकारच्या अशा चित्रविचित्र गोष्टी तो मला सांगत असे, की मी अगदी गुंग होऊन जावे. अशा वेळी रात्रीचे बारा-बारा, एक-एक वाजत. सगळीकडे गडीगुप्प असे. आभाळातल्या चांदण्या बघत बघत मी त्याच्या शब्दाकडे कान लावून राही. बाहेर माणसांची हालचाल किंवा आवाज बंद झालेला असे. झोप डोळ्यातून अगदी निथळत असली, तरी माझी उत्सुकता कमी होत नसे. गस्तवाल्या रामोशाची आरोळी ऐकू येईपर्यंत त्याचे हे पुराण चाललेले असे. रामोशाची हळी ऐकू आली, म्हणजे मग मात्र तो गोष्ट बंद करी आणि म्हणे,

"आँ? दोनचा टाईम होत आला की, झोपा महाराज आता."

सोन्याच्या गोष्टी सगळ्या विषयांवर असत. रामायण महाभारतापासून... तावशीतली भुतेखेते, इथली भुते, दोन्हीतला फरक, तिथले पैलवान आणि इथले वस्ताद... या सगळ्यांच्या रसभरित कथा मला ऐकायला मिळत. एखादी गोष्ट तो चार-चार पाच-पाच दिवस सांगत राहिला, म्हणजे त्याच्या बुद्धिमत्तेसंबंधी असलेला माझा आदर वाढत असे. आजच्या हुशार माणसांनादेखील न लागलेले शोध तो कधीकधी जाहीर करीत असे आणि मला बुचकळ्यात पाडीत असे.

एकदा तो म्हणाला,

"असा एक शोध लागला आहे. आँ? माणसाच्या पोटाला दार करायचं आणि आत पोटात एक पेटी ठेवायची!"

"ते कशाला?" मी तोंड वीतभर उघडून म्हणालो.

"म्हणजे तुला माहीतच नाही का?" तो एखादी गुप्त गोष्ट सांगत असल्याच्या आविर्भावात म्हणाला, "अरे, पोटाला दार पाडून आत पेटी ठेवली की फार झकास. समजा, आपण भातपोळी घेतली आणि झटदिशी पेटीत टाकली की झालं रे काम!

जेवायची किनकिन नाही. समजा, आपण श्रीखंड घेतलं, झट्दिशी पोटात. समजा, आपण गुलाबजामन –''

हे बोलताना त्याचा असा काही त्या पक्क्वान्नाचा उच्चार केला, की त्याच्या शोधाकडे लक्ष लागण्याऐवजी, त्याला बरीच भूक लागली असावी, असा मला संशय आला; पण तो बाजूला सारून मी म्हणालो,

''पण दुसरा कुणी आला आणि त्यानं आपलं पोट उघडून श्रीखंड पळवलं तर?''

''हात् लेका, एवढं कसं कळत नाही तुला? अरे, दार म्हटलं म्हणजे कुलूप आलंच की. कुलूप लावल्यावर पोट जाम बंद. मग कोण आपलं श्रीखंड पळवणार? आँ?''

''आणि कुणी दुसरी किल्ली करून आणली तर?''

ही शंका ऐकल्यावर तोही थोडा घुटमळला. असली काही गैरसोय असू शकेल, असे त्याला वाटले नसावे. थोडा वेळ विचार करून तो म्हणाला,

''अरे, पण आपल्याला कळायचं नाही का तो उठतोय म्हणून? आँ? अन् समजा, त्यानं उघडलंच. काय? अगदी आपण झोपलेलो असताना त्यानं उघडलं. श्रीखंड राहतं काय तंवर पोटात? गेलं महाराज पार खाली.''

यावरही पुष्कळ शंका निघण्यासारख्या होत्या. पण तो चिडेल, अशी मला भीती वाटली. म्हणून मी आपली नुसती मुंडी हलवली आणि पांघरूण डोक्यावरून घेऊन स्वस्थ झोपलो. मी फार शंका काढल्या, की तो चिडत असे आणि साध्या साध्या गोष्टी मला कळत कशा नाहीत, याबद्दल आश्चर्य व्यक्त करत असे. शंका-कुशंका न काढण्यातच खरे ज्ञान आहे, अशी त्याची समजूत असावी. मी आणखी काही विचारीत राहिलो, की तो नव्या नव्या अद्भुत गोष्टी काढून माझे लक्ष गुंगवीत असे. विषयांतर करावे, काही तरी फालतू गप्पा हाणाव्या आणि शेवटी 'गाढव' म्हणावे, या मोठ्या माणसांच्या कला तर त्याला येत होत्याच; पण दुसऱ्याही अनेक कला त्याला अवगत होत्या. मी फार वटवट केली, की माझे तोंड गप्प करायला त्याने पुष्कळ गोष्टी सज्ज ठेवल्या होत्या. कुठली तरी कोडी, उभ्या-आडव्या रेघांवर खडे ठेवणे, सामान्य ज्ञान, आकड्यांची चलाखी, नातीगोती ओळखणे, असले काही तरी गणित काढून तो माझ्यापुढे धरी. तास-दोन तास तरी माझी पिरपिर बंद पडे.

एकदा मी वाचलेल्या पुस्तकातल्या शंका त्याला विचारल्या, तेव्हा आपले बारीक डोळे जास्त किलकिले करून तो म्हणाला,

''तू शहाणा आहेस ना?''

''बरं मग?'' मी फुशारीने विचारले.

"मग सांगशील एका कोड्याचं उत्तर?"

"हो पठ्ठे –"

"बघ. हारशील."

"अरे जा."

"मग सांगू?"

"सांग. सई –"

"सई तर सई. ऐक. एक नदी आहे. आँ?" सोन्या आपल्या पुस्तकांच्या पेटीतून पुस्तकांचे गठ्ठे काढीत आणि त्यांच्यावरची धूळ झटकीत म्हणाला,

"एक नदी आहे. तिच्या अलीकडच्या काठावर चार माणसं आहेत. त्यांच्याबरोबर एक कुत्रं आहे. आँ? एक कुत्रं आहे. अन् त्यांनी एक गुळाची ढेपपण बरोबर आणली आहे. आँ –"

"कुणी? कुत्र्यानं?" मी तोंड वासून म्हणालो.

"गाढव आहेस. कुत्रं आणतं वाटतं गुळाची ढेप? त्या माणसांनी म्हणतोय मी. काय? त्या सगळ्यांना पलीकडं जायचंय. नावेतून एका वेळा कोणत्याही तीन वस्तू जातात. नावाडी त्यातच, बरं का? नावेच्या खेपा फक्त दोन करायच्या आणि सगळे लोक सामानासहित पलीकडं न्यायचे. कसं नेशील सांग."

कोडे सांगितले आणि तो आपल्या कामाला लागला. वारीत 'हरिपाठाचे अभंग', 'नामदेवाचे लग्न' असली पुस्तके तो विकत असे. पेटीतली पुस्तके काढून त्यावरची धूळ झटकायचे त्याचे काम चालले होते. ते तो करीत बसला आणि मी इकडे डोके खाजवीत बसलो. इकडेतिकडे पुष्कळ करून बघितले, पण हे सगळे गबाळ दोन खेपात पलीकडे न्यायचे काम काही जमेल असे दिसेना. माणसे नेली, तर गूळ पलीकडच्याच काठावर राहत होता. गूळ नेला, तर कुत्रे राहत होते. ते काय, पोहून पलीकडे आले असते म्हणा! पण या गुळाच्या ढेकळाचे काय करावे? का तो थोडा थोडा फोडून प्रत्येकाच्या खिशात घालावा? म्हणजे नावाड्याला संशय येणार नाही अशा बेताने?... अरेच्च्या! पण तरीही माणसाचे वजन वाढायचे की! आणि खिसे त्यांचे एवढे मोठे नसतील? छट्! हे नाही बरोबर. मग या गुळाचे काय करावे? का त्या कुत्र्याने गूळ पाठीवर घालून पोहत पोहत पलीकडे जावे?....

अखेर कंटाळा आला. विचार करून करूनही उत्तर सुचेना. तोंड बारकेसे करून म्हणालो,

"सोन्या, सुटत नाही बुवा हे कोडे मला. कशी न्यायची रे ही माणसं पलीकडं? मला तर वाटतं, ही माणसं तेवढी पलीकडे जाऊ द्यावीत. कुत्रं काय, येतंच आहे, पलीकडे पोहत पोहत आणि गूळ बुडवावा नदीत. काय?"

सोन्या एवढा वेळ आपले काम करीत बसला होता. त्याचे माझ्या बोलण्याकडे

लक्षच नव्हते. मी ते कसे सोडवतो, याचीही त्याला फारशी उत्सुकता नसावी. त्याने संथपणाने पुस्तकावरची धूळ झटकून काढली. त्यांचे गठ्ठे नीट बांधले आणि ते व्यवस्थित रीतीने कोपऱ्यात ठेवले. मग म्हणाला,

"गाढव आहेस झालं. असं सोडवतात का गणित?"

"मग तूच सांग बरं कसं?" मी बुचकळ्यात पडून म्हणालो.

त्याने पुन्हा माझ्याकडे न्याहाळून पाहिले आणि निर्णायक आवाजात सांगितले,

"अरे, दोन खेपात कुठं नेता येतं वाटतं इतक्या सगळ्यांना? नेता येत नाही हे तुला आधीच कळायला पाहिजे. असल्या साध्या गोष्टीला इतका वेळ कशाला?"

आणि तो पुन्हा आपल्या कामात गढून गेला.

शाळेमध्ये देखील त्याचा हाच प्रकार असे. अभ्यासाच्या नावाने आनंद असला, तरी वाराने अन्न खाऊन जगणारा हा गरीब मुलगा तोंडावरून शाळा त्याच्याच मालकीची आहे, अशा थाटाचा दिसत असे. सकाळ-दुपार पाटीदप्तर घेऊन शाळेमध्ये यावे आणि खुशाल हुदड्या घालीत हिंडावे, हा त्याचा नित्यक्रम. शाळेच्या भिंती चढणे, पेन्सिलीने भिंतीवर चिताडकाम करणे, आवारातली डाळिंबे साफ करणे, या त्याच्या नेहमीच्या लीला. कुणाची तरी टोपी पळवून त्याला रडवावे, मास्तरांची टिंगल करावी, अभ्यासाच्या वेळी पोरांना काही तरी बोलून हसवावे, या गोष्टी तर रोजच्याच झाल्या होत्या. त्यातून मास्तरांनी काही काम सांगितले की, मग तर विचारायलाच नको. थोराघरच्या श्वानासारखा त्याचा कुठेही संचार असायचा आणि तो कुणाची खोडी काढून परत येईल याचा नेम नसायचा. त्यातून कुणी मास्तरांकडे तक्रार केलीच, तर 'जाऊ द्या मास्तर, लेकराची जात आहे' असे हे लेकरू स्वत:च बेधडक सांगत गसे. एकदा मास्तरांनी त्याला घंटेचा टोला घालायला सांगितले, तर हा पठ्ठ्या घंटेचा गजर करून परत आला. गरज म्हणजे शाळा सुटल्याची खूण. सगळी पोरे आपापली पाट्यादप्तरे घेऊन भराभर पळाली. त्यांना आवरून परत वर्गांत आणता आणता सगळ्या मास्तरांच्या नाकी नऊ आले. मास्तर लोक पळालेले त्या दिवशी मी पहिल्यांदा पाहिले. हेडमास्तरांनी सोन्याला मरस्तोवर ठोकला. पण त्याला कशाचा डंख नव्हता. मुकाट मार खाऊन तो परत आला.

वर्गात मास्तर शिकवू लागले की, त्याचाही उद्योग जोरात सुरू होई. कोणाची पिशवी पळव, पाठीमागे चिठ्ठ्या लाव, असले व्याप तो अत्यंत दक्षतेने आणि व्रतासारखे नियमितपणे सांभाळीत असे. लिहिण्यासाठी मास्तरांचे तोंड फळ्याकडे वळले की, त्याला भरते येई. मास्तरांनी एखाद्या वेळी हळू आवाजात बोलायला सुरुवात केली की, 'वशट तूप खाल्ल्यामुळे त्यांचा घसा आज बसला असावा' असा संशय तो बोलून दाखवी. मास्तरांचा चेहरा पडलेला दिसला की, त्यांना मोडशी झाली असल्याची अंतस्थ बातमी त्याच्याजवळ तयार असे. मास्तरांच्या कानावर

जाणार नाही, इतक्याच बेताने त्याची ही कुजबूज चाले. चुकून मास्तरांनी काही ऐकलेच आणि त्याला झोडपलेच, तर हरदासी तट्टाप्रमाणे त्याची चाल घटकाभर सुधारत असे. पुन्हा आपले आहे तसे चालू. इतके की कालचेच बरे होते, असे मास्तरांना वाटावे.

मास्तर एकदा भूगोल शिकवीत होते. बंगालची माहिती, तिथले हवापाणी, उत्पन्न, माणसे, असले काहीतरी ते सांगत होते. काहीतरी न समजण्यासारखे सांगत होते आणि त्या न समजलेल्या गोष्टी आम्ही उतरून घेत होतो. पुन्हा मास्तरांच्या तोंडाकडे बघत होतो. सांगता सांगता ते म्हणाले,

"बंगाली लोक मासे खातात. ब्राह्मणही खातात. मासे खाण्यास चांगले लागतात.''

हे ऐकल्यावर, इतका वेळ मख्ख चेहरा करून बसलेल्या सोन्याच्या तोंडावर एकदम कुतूहलाची आणि आश्चर्याची लाट आली. त्याने मास्तरांना शंकाबिंका काही विचारली नाही. तो त्याचा स्वभावच नव्हता. माझ्या कानाशी फक्त तो लागला आणि म्हणाला,

"मास्तरांनी खाऊन बघितलेत बरं का!''

मला ते अगदी खरे वाटले. भान न राहून मी मोठ्यांदा म्हणालो,

"खरं?''

मास्तरांचे माझ्याकडे एकदम लक्ष गेले. आवाजाला कडवेपणा आणीत ते म्हणाले, "काय रे, काय चाललंय?''

मी उठून उभा राहिलो. खाली घसरलेली चड्डी वर सकरवली. उजवा हात नाकावरून आडवा सारवला आणि तो चड्डीला पुशीत म्हणालो,

"मास्तर, सोन्या म्हणतोय की, तुम्ही मासे खाऊन बघितलेत.''

हे ऐकल्यावर आमचे लांब शेंडीचे, कपाळावर आडवे गंध लावणारे, गरगरीत पोटाचे मास्तर एकदम खवळले. इतके खवळले की, हातात असलेला टोणाच्या टोणा खडू त्यांनी फेकून मारला. मग त्यांनी सोन्याला जोराने ओरडून हाक मारली. तो आला, तशी छडी बाहेर काढून उगारली आणि मग एकामागून एक अशी ओढली की, सोन्याचा हात आणि पाठ रंगीबेरंगी झाली. मास्तरांनी त्याला इतके मारले की, त्यांनाच घाम आला. पण मास्तरांना 'भुर्र कावळा' करणाऱ्या या पोराने हूं का चूं, केले नाही. सोन्याने मुकाट्याने मार खाल्ला. अगदी खालच्या मानेने खाल्ला.

जागेवर आल्यावर हुळहुळा झालेला हात काखेत घालून तो दाबीत सोन्या मला म्हणाला,

"च्यायला, मास्तर अगदी लिंबाच्या पलीकडचा आहे.''

"म्हणजे काय?"

"म्हणजे इतका कडू रे."

सोन्या असे म्हणाला आणि खी खी करून हसला. मान खाली घालून तो चोरून हसला. मी अगदी थिजून गेलो. वाटले, याला कशाचेच काही नाही हे काय? दुसरा एखादा मुलगा इतका रडला असता की, त्याच्या तोंडावर दोन दिवस कळा दिसली नसती. मला मास्तरांनी एक छडी मारली असती, तरी मी रडलो असतो. छडीचे काही विशेष नव्हते. पण भर वर्गात, सगळ्या मुलांदेखत ती मारली, याचे मला दुःख झाले असते. शरम वाटली असती, अपमान वाटला असता. पण याच्या हिशेबी तर त्याचा काहीच जमाखर्च मांडलेला नव्हता हे कसे? का त्याला या गोष्टी माहीतच नाहीत?

पण असे आश्चर्याने थिजून जाण्याचे प्रसंग पुढे माझ्यावर इतके आले की, त्यातले आश्चर्यच नाहीसे झाले. कोडगेपणा, खोटेपणा आणि निलाजरेपणा हे सर्व दुर्मीळ गुण त्याने इतक्या लहानपणीच आत्मसात केले होते, की मोठ्या माणसांनाही लाज वाटावी. बेमालूम खोटे सांगणे, ही गोष्ट तर त्याच्या हाताचा मळ होती. प्रसंगी वाटेल ते करावे, पण आपल्या कामाला गाठ घालावी, हा जगण्याच्या शास्त्रातील पहिला नियम त्याने फार लवकर ओळखला होता, ध्यानात ठेवला होता. अंतकाळापेक्षाही माध्यान्हकाळ वाईट असतो, हे त्याला माहीत असावे. अनुभवानेच समजले असावे. त्यासाठी कुठलीही गोष्ट करायला तो कचरत नसे. एखाद्या दिवशी वार नसला, की खुशाल थापा मारून, बनवाबनवी करून तो वेळ भागवीत असे. वर्गातली मुले ही तर त्याच्या दृष्टीने मोठे भक्ष्य होते. त्यांच्या अपरोक्ष घरी जाऊन आणि जे सुचेल ते सांगून कार्यभाग साधण्याकडे त्याचे लक्ष असे.

एकदा वर्गात सोनाराचे पोरगे घरी नसताना सोन्या त्याच्या बापाला भेटला आणि गयावया करून म्हणाला,

"बघा हो, तुमच्या केरबानं माझी माधुकरी विटाळली. आता मी गरीब ब्राह्मण, उपाशी मरायची वेळ आली. नको नको म्हणालो तरी शिवला. जेवण विटाळलं. आता मी काय खावं?"

त्या बिचाऱ्या बापाला अगदी खरे वाटले. तो मुकाट्याने उठला आणि घरात गेला. आतले चिपटेभर तांदूळ गठुड्यात बांधून त्याने सोन्यापुढे ठेवले. म्हणाला, "हे घे बामणा, पुरेत का? का घालू आणखी?"

"रेट झाले. इतके काय करायचेत मला? आज नुसता भातच. आपल्याला काय? वेळेला केळं अन् वनवासाला शिताफळं."

असे म्हणून हे सुतळभोक पोरगे ते गाठोडे उचलून घरी आणे. भात उकडून मरस्तोवर जेवले. सोन्याने दोन दिवस ते चिपटेभर तांदूळ खाल्ले आणि इकडे

केऱ्याला मात्र बापाचा ठोक बसला. असा हा त्रास त्याच्या उपद्‌व्यापापासून इतरांना होत असे. होळीसाठी लाकडे-गोवऱ्या गोळा करायचे काम पत्करण्यात सोन्या सर्वांच्या पुढे. ते मिळाले, की याच्या घरची जळणाची महिन्याची बेगमी होई. वारीमध्ये पुस्तके विकायचा ह्याचा धंदा होताच; पण ऐन एकादशी-द्वादशीच्या दिवशी चंद्रभागेच्या वाळवंटात गोपीचंदन घेऊन तो हिंडत असे. कोणीही वारकरी आंघोळ आटोपून बाहेर आला रे आला, की याने काही तरी पुटपुटत त्याच्या कपाळावर नाम लावलेच, म्हणून समजावे. मग ब्राह्मण म्हणून एक पैसा दक्षिणा मागायला हात पुढे पसरायचा. अधिक मिळावे, म्हणून हुज्जत घालायची आणि मग दुसरा पवित्र झालेला माणूस शोधायचा. नाम लावताना तो काय पुटपुटत असे, हे मला पुष्कळ दिवस माहीत नव्हते. कारण संस्कृतमधला एकही मंत्र त्याच्या तोंडाला कधी शिवला नव्हता. मग हा काय पुटपुटत असेल? ओठातल्या ओठात का होईना, पण काय बोलत असेल?

कुतूहल वाटले, म्हणून मी विचारले. तेव्हा तो म्हणाला,

"संध्येतली काही नावं येतात ना! ती थोडीशी मोठ्यांदा बोललो. मग त्या माणसाला थोड्या शिव्या देतो. पुन्हा नावं आणि पुन्हा शिव्या. अशा शिव्या देतदेतच त्याला मी नाम लावतो. मग एक पैसा मिळतो. फार जिंद झालेत लोक. एकच पैसा देतात लेकाचे."

सोन्याचे हे सगळे उद्योग चालू होते, तेव्हा आमचे शाळेतले शिक्षण संपले होते. हे शाळेतले दिवस फार लवकर संपतात. अगदी लवकर संपतात. आपल्याला काही कळू लागायच्या आतच संपतात. आमचेही ते गमतीचे दिवस आता सरले होते. वाटा बदलत होत्या. मार्ग भिन्न होत होते. मी इंग्रजी शाळेत गेलो. सोन्या मराठी शाळेतच राहिला. आम्हा दोघांच्या चाकोऱ्या बदलल्या होत्या. पण मला त्याविषयी अजूनही आकर्षण वाटे. म्हणून त्याचा वार आमच्याकडे कायमच राहिला. त्याचा माझा सहवास पूर्वीसारखा रोजच राहिला नाही. पुष्कळदा खंड पडे. पण तरीही आम्ही भेटत होतो, बोलत होतो. आमची मैत्री काही तुटली नव्हती. बदल झाला तो बोलण्यात. त्याची माहिती आणि माझे कुतूहल ही दोन्ही पहिल्यासारखीच अक्षय होती. बदलले ते फक्त विषय. पूर्वी राक्षसांच्या आणि भुतांच्या गोष्टी सांगून मला तो अगदी गुंगवून सोडीत असे. आता ते विषय संपले होते आणि त्याच्या जागी वयोमानानुसार नवे विषय आले होते आणि नवे नव्हाळीचे वय सुरू झाले होते. नव्यानव्या गोष्टींविषयी नवेनवे ज्ञान प्राप्त होत होते. जगाचा रंग अदलत-बदलत होता आणि माझे कुतूहल आणखीच वाढत होते. आता काही निसर्गाची नवी किमया आणि त्याचे चमत्कारिक नियम मला जाणवत होते. त्यांचे आकलन व्हावे, असे फार फार वाटत होते. ते सगळे खाद्य सोन्याने मला पुरवले. एखाद्या अनुभवी

माणसासारखा तपशिलवार आराखडा तो मला सांगत असे. या विषयासंबंधी त्याच्याजवळ अफाट ज्ञान साचले होते. मी म्हणजे त्याची फक्त सांडवाट होतो. सगळे काही तो माझ्यापाशी ओकत असे. पूर्वी मुली म्हणजे मुले नव्हेत, एवढेच 'सामान्य ज्ञान' मला होतो. पण कृपावंत सोन्याने त्याविषयी नाना प्रकारची माहिती सांगून मला आश्चर्यचकित करून सोडले. मला हळूहळू सगळे समजायला लागले आणि सगळ्यांना असेच समजत असते, हेही समजायला लागले. माझ्यात बदल झाला. अगदी खालवर झाला. पूर्वी मी एक सरळमार्गी, नाकाकडे पुष्कळदा बघून चालणारा, कुणावरही विश्वास ठेवणारा, बावळट, मूर्ख मुलगा होतो. सोन्याच्या सहवासाने मी बनलो. जगाचे रंग मला समजू लागले. मी सावध झालो, हुशार झालो. कोनेकोपरे घासूनपासून अगदी गुंडगुळा होऊन मी व्यवहाराला आलो. पूर्वीचा माझा विश्वास, उदार, अभ्यासू आणि सरळ स्वभाव पुष्कळच कमी झाला. लोक मला शहाणा म्हणू लागले. आणि सोन्यानेच मला हे सारे शिकवले.

हळूहळू आमचे शिक्षणही संपले. आता तर आमच्या वाटा अगदीच वेगळ्या पडल्या. मी पुढच्या शिक्षणासाठी परगावी गेलो. सोन्या तिथेच काही दिवस राहिला. त्याने पुष्कळ पालथे धंदे केले आणि मग तो आपल्या गावी गेला. तिथे कुलकर्णी झाला. टेचात राहू लागला. सातबाराचे उतारे देऊन पैसे काढू लागला. माझी त्याची कधी तरी गाठ पडली, की तो पुष्कळ गमती सांगत असे. गमती म्हणजे त्याच्या दृष्टीने गमती! माझ्या दृष्टीने त्या भयंकर गोष्टी होत्या. खोटी नावे लावणे, एखाद्याला पैशासाठी नाडणे, संशयित कामात भरपूर पैसे खाणे, वांदं आलेल्या माणसाला प्रसंगी गोत्यात आणणे, तुरुंगातही घालणे, या गोष्टींना काय गंमत म्हणायची? पण तो अशा आविर्भावाने ते सांगत असे. आधीच तो देशपांडे होता, त्याचा आता कुलकर्णी झाला. मग त्याच्या चेष्टांना बहर येऊ नये तर काय व्हावे?

एकदा तो आला आणि मला सांगू लागला, "आता काय करून आलोय मी माहीत आहे?"

मला काहीच माहीत नव्हते. माहीत असायचे काही कारणही नव्हते. पण त्याच्या बेपर्वा मुद्रेवरून त्याने काही तरी अचाट काम केले असावे, एवढे मला वाटले. एखादी सांगण्यासारखी कर्तुकी केली असली, म्हणजे तो अशीच बेफिकिरीची मुद्रा धारण करीत असे. म्हणजे एखाद्या मोठ्या गोष्टीचेही आपल्याला काहीच वाटत नाही, असे कोणालाही वाटावे. आपली योग्यता त्यापेक्षा अधिक आहे, हा त्या तऱ्हेचा अर्थ. आजही त्याचा चेहरा असा दिसला, तेव्हा मला धास्तीच वाटली. आणखी काय बिलामत याने आणली आहे कुणास ठाऊक!

मी इतकेच म्हणालो,

"काय रे बाबा, आज कुणाची भोंड जिरवून आलास?"

तो हसला आणि म्हणाला,

"तुला सांगितलं तर खरं वाटायचं नाही –"

"काय घडाघडा बोलशील तर खरं."

"आज एक खून पचवून आलोय मी."

खून? शाबास! म्हणजे सोन्याची मजल इथपर्यंत गेली काय? या फाटक्या, कलंगी माणसाच्या हातून असली भयंकर गोष्ट घडेल, यावर माझा विश्वासच बसेना. थक्क होऊन मी त्याच्या निबरट तोंडाकडे बघत राहिलो.

"म्हणजे? सोन्या खून केलास तू?"

सोन्याने एवढ्या वेळात आपली चंची बाहेर काढली होती. कातरलेली सुपारी माझ्या हातात ठेवून त्याने खांड आपल्या तोंडात टाकले. मग पाने काढली. त्याचे देठ बोटांनी धरून ती मांडीवर काळजीपूर्वक पुसली. अंगठ्याच्या बोटाने चुनाळ्यातला चुना उकरला. तो पानाला फासला. पानाची लांब पट्टी करून ती आपल्या तोंडात कुरतडत कुरतडत टाकली. मग नखाने कात फोडून आत ढकलला. वर चुन्याची गोळी तंबाखूसकट खाऊन तोंड मिटले. जबडा हलवला. थोड्या वेळाने तोंडावर दोन बोटे उभी धरून पिचकारी सोडली. म्हणाला,

"म्हणजे मी नाही खून केला. ज्यांनी केला होता, त्यांचा पचवला."

"तो कसा?"

"अरे, आमच्या गावी होती एक म्हारीण. जख म्हातारी. पण अंगी करामत अशी होती म्हणतोस! नाव तर काय च्यायला, 'नाजुका!' जादूटोणा, भानामती करण्यात तरबेज. म्हारवाडा पिडला. सगळ्या म्हारांना उगी काव आणला. लोक तावले तावले न् माझ्याकडे आले. मी चावडीत बसलो होतो. तिथं लागले विचारायला, 'कुळकरनी, कसं काय करावं? या चेटकीनं गाव नासला. उपाय सांगा. आमी मरायला लागलो.' मी होतो कामाच्या गडबडीत. तसंच म्हणालो, 'लेकांनो, बघता काय? पेटवा तिचं खोपटं. जाळून टाका म्हातारीला. त्यात काय एवढा विचार पडला तुम्हाला!' झालं. तेवढंच त्यांनी धरलं. गेली सगळी म्हारं तशीच रात्री. पेटवलं खोपटं अन् जाळली म्हातारीला. बाहेर यायला लागली, तर पुन्हा आत ढासली. वरडली अन् जळून मेली. सकाळी आली की म्हारं ओरडत, नाचत, दंगा करत. 'कुळकरनी, केलं हो तुमी सांगितल्यापरमानं.' ऐकलं नुसतं, माझं भुसकटच पडलं. लेकाच्यांनी खराच खून केला. आता सगळ्या गावावर, फार करून माझ्यावर बिलामत आली –"

मी श्वास रोखून हा भयंकर प्रकार ऐकत होतो.

"मग काय केलंस तू? घाबरला असशील?"

"अरे हॅट्! घाबरतोय? अरे, मी किती डाकू माणूस. लगोलग उठलो. तिच्या

खोपटाकडं गेलो. खाणाखुणा बुजवल्या. मुडदा नीट निजवला. सामानसुमान उचलून टाकलं होतं, ते नीट ठेवलं. काय राहिलंच नव्हतं म्हणा. पण जे काय होतं तेच. देखावा असा केला, की म्हातारीनं स्वत:ला जाळून घेतलं, आन् मेली.''

''मग?''

''मग काय, येसकराला पाठवून दिलं तालुक्याला, फौजदाराला बोलवायला फौजदार आला. पोलीस आले. म्हणालो, 'दादासाहेब, साधं प्रकरण आहे. म्हातारी जिवाला कंटाळली होती. जाळून घेऊन मेली. आहे काय न् नाही काय!' त्यांना मटनमुर्गी केली. हुरडा चारला. बोलूनबोलूनच गाभणं केलं. पंचनामा केला. म्हातारी जळून मेली, म्हणून नोंद झाली. मोकळा झालो. झालं. संपलं. सगळंच जिरलं. बिनघोर इकडं आलो.''

पूर्वी कधी मी असली गोष्ट ऐकली असती, तर मला मोठी गंमत वाटली असती. लहानपणीही सोन्या आपल्या डांबिसपणाच्या गोष्टी अशाच सांगत असे. पण त्या वेळी त्याच्या हुशारीचेच कौतुक मला जास्त वाटे. त्यातले अद्भुत तेवढे मला आवडत असे, आकर्षून घेत असे. पण ते वय सरले होते. आता असल्या गोष्टीतला भयंकरपणा मला समजू लागला होता. मला काही ते ऐकून बरे वाटले नाही. वाटले, सोन्याने आता फार लांबचा पल्ला गाठला. फार पुढे गेला. आता तो आपल्या आवाक्यात राहिला नाही, आता त्याची वाट निराळी, आपली निराळी. आपले त्याचे कसे जमावे? बालपणीच्या मैत्रीचे धागे आता तुटत चालले. यापुढे ते कधीच जोडले जाणार नाहीत....

सोन्याची आणि माझी अलीकडे बऱ्याच दिवसांत गाठ नाही. आता तो कुठे आहे कुणास ठाऊक! पण तो कुठे तरी जगत असेल आणि त्याची स्थिती काही फारशी चांगली नसेल, एवढे खचीत. त्याची माझी गाठ पडून आता दोन वर्षे झाली असतील. दोन वर्षे बरोबर. गेल्या धोंड्याच्या महिन्यात तो मला गावी भेटला होता आणि पुढच्याच वर्षी तर धोंड्याचा महिना. तेव्हा त्याचा अवतार काही चांगला नव्हता. डोळे खोल गेलेले, हाडे वर आलेली, कपड्यांना ठिकठिकाणी जोड, केसांना तेल नाही, अशा दशादशा झालेल्या अवस्थेत त्याची माझी गाठ पडली. आणि तीही फार वेळ नाही. अगदी ओझरती. मी गावाला जायला निघालो होतो आणि तो कुठल्या तरी रोजगाराच्या गडबडीत होता. तो दिसला, तेव्हा मी नुसता हसलो. फक्त दखल घेतली.

मला थोडी सवड होती. त्यालाच गडबड होती. तरीपण तो थांबला आणि म्हणाला,

''इथं केव्हा आलास?''

''झाले चार-पाच दिवस.''

"मुक्काम?"

"मुक्काम कुठला? निघालो."

त्याला फार वाईट वाटल्यासारखे दिसले. तो काहीतरी बोलला, "निवांत गाठ पडली असती तर बरं झालं असतं," असे काही तरी म्हणाला आणि उगीचच घुटमळला. मी आपले हो-ना-हो केले आणि निघायची गडबड केली. त्याचा निरोप घेतला. मी किंचित लंगडत होतो. त्याने ते बघितले आणि पुन्हा चौकशी केली.

"पायाला काय झालंय रे?"

"काही नाही, टाचेला भेगा पडल्या आहेत. ते दुखतं जरा."

"असं व्हय? मग नळ्यातलं वंगण भरत जा त्यात थोडंसं जरा. म्हणजे बरं होईल. काय? नाही तर असं कर. गाईम्हशीचा वेत आणून त्यात पाय बुडवून बस थोडा वेळ. बरं होईल. आँ?"

मी मान हलवली आणि हसलो. तोही हसला. बस्स! एवढेच आमचे संभाषण आणि आम्ही वेगवेगळ्या दिशांना गेलो.

त्यावर पुन्हा त्याची माझी गाठ नाही.

आणि तशी पडावी, अशी आता उत्सुकताही नाही. ती गाठ पडली, त्या वेळीही नव्हती आणि आताही नाही. एक काळ तसा होता. त्या वेळी त्याची भेट झाली नाही तर मला हुरहुरल्यासारखे होई. दिवसभर करमत नसे. एकदा आमची गाठ पडली आणि मनसोक्त गप्पा झाल्या, म्हणजे मला बरे वाटे. आता तसे काही राहिले नाही. उलट, त्याची गाठ न पडणेच बरे, असा व्यावहारिक विचार मनात येतो. इतका तो आता बिघडला आहे आणि बिघडत चालला आहे. त्याने काय करायचे बाकी ठेवले आहे? शाळा सोडली, उंडगेपणा केला, शिंदळकी केली. नाना छंद आणि फंद लावून घेतले. सगळे काही. पुढे नोकरी केली. तिथेही लाच, लांड्यालबाड्या, अफरातफर. मग हकालपट्टी. पुन्हा दुसरी नोकरी. पुन्हा तेच. हाच त्याच्या आयुष्याचा आत्तापर्यंतचा आराखडा.

आता तो माझ्या आयुष्यातून गेला आहे. पुन्हा येण्याचा संभवही नाही. तरीही त्याचा विचार माझ्या मनातून कधी निघून जाईल, असे वाटत नाही. लहानपणी सोन्या मला फार मोठा वाटत असे. पुढे मी जरा मोठा झालो, तशा माझ्या अनेक समजुती गेल्या. त्यातच त्याच्या मोठेपणाबद्दलची कल्पनाही लोपली. मला तो सामान्य वाटू लागला. त्याचे मोठेपण म्हणजे माझ्या बाळबुद्धीची एक कल्पना होती. हे मला समजले आणि फार लवकर समजले. कारण खरोखरच तो सामान्य होता. तेसुद्धा चालले असते. पण पुढे तो बिघडला. वाईट झाला. त्याच्या वाईटपणाची झळ मला कधी लागली नाही हे खरे. पण त्याचे श्रेय माझ्या सावधपणाला, त्याला नव्हे. आणि तरीसुद्धा कुणी त्याच्याबद्दल वेडेवाकडे बोलताना

ऐकले, की मोठे वाईट वाटते. त्याचे बोलणे खरे आहे, हे पटूनही वाईट वाटते. वाटते की सोन्या अगदीच काही वाईट नव्हता. सामान्य होता, पण बरा होता. चारचौघांत चालण्यासारखा होता. थोडीशी धस लागलेल्या कपड्यासारखा. वाईट आता झाला. तो कसा झाला? कुणी केला? मला काही माहीत नाही. मला आठवते ते एवढेच, की त्याचा हा वाईटपणा मुळातला नव्हता. थोडासा चांगुलपणा घेऊन तो जन्माला आला होता....

लहानपणी मराठी शाळेत असताना शाळा सुटल्यावर आम्ही तिथेच खेळत असू. कधी सगळी मुले. कधी मी आणि सोन्या, दोघेच. सगळ्या खेळांचा हमामाच आम्ही तिथे घालीत असू. कधी विटीदांडी खेळावी; कधी आट्यापाट्या, सूरपारंबा यांचा गदारोळ उठवावा; कुस्तीसाठी वाळूचा हौद होता तिथे मनसोक्त खेळावे; कधी कागदाच्या पुड्यात वाळू घालून ते गोळे दुसऱ्याच्या अंगावर फेकून नुसतीच गंमत बघावी.

त्या दिवशी शाळा सुटून गेली होती. संध्याकाळ सरत आली होती आणि फिकट पिवळा प्रकाश सगळीकडे फाकला गेला होता. दृष्टी कमी झाली होती. दिवस पूर्णपणे संपला होता आणि तरीही त्याचा प्रकाश एखाद्या मरू घातलेल्या जिवाणूंसारखा मागे तडफडत होता. तीही तडफडत आता बंद होत चालली होती आणि काहीच दिसेनासे व्हायला लागले होते.

आणि तरीही आम्ही दोघे वाळू खेळतच होतो.

मुले इकडे-तिकडे हिंडत होती. कागदाच्या गोळयांत वाळू भरून त्यांना त्याचा बकमा घालायचा! मोठा छान खेळ होता!

मी कागदात वाळू भरून घेतली होती. सोन्यानेही. गोळा अगदी रगेल तयार झाला होता. आता फक्त कुणाला मारायचा एवढेच बघत होतो.

एक पोरगे पाठमोरे चालले होते. खांदे पाडून, फाटके कपडे घालून, गरीबपणे चालले होते. आपल्याच नादात. आपल्या गुंगीत. त्याचे आमच्याकडे लक्षच नव्हते.

मला सुरसुरी आली.

कागदाचा गोळा हातात घेऊन तो दाबला. त्याचा नेट बघितला आणि हात उगारला. आता असा या पोराच्या पाठीत बसवावा, की ते कळवळलेच पाहिजे. निदान खाली तरी बसले पाहिजे.

मी हात उगारला. फेकायचा पवित्रा घेतला.

सोन्या माझ्याकडे नुसता बघत उभा राहिला होता. मी आता वाळू फेकून मारणार, तेवढ्यात तो ओरडला. मोठ्यांदा म्हणाला,

"अरे, कुणाला मारतोस?"

त्याच्या या ओरडण्याने मला फार चमत्कारिक वाटले. त्या पाठमोऱ्या पोराकडे

बोट दाखवून आणि खालचा ओठ दाताखाली दाबून मी म्हणालो,
"तेऽऽऽ त्याला. का?"

सोन्या माझ्याजवळ आला. अगदी मुकाट्याने आला. तो काही बोलला नाही. चालला नाही. माझ्या हातातला वाळूचा गोळा तेवढा त्याने काढून घेतला आणि खाली टाकला. मग एवढेच म्हणाला,
"जाऊ दे. मारू नकोस त्याला."

मला पुन्हा चमत्कारिक वाटले. मारू नको? का? सोन्याने हे असे कसे सांगितले?
"का रे? का मारू नको?"

यावर कधी न होणारा त्याचा चेहरा बापडा झाला. कळवळून तो म्हणाला,
"नको रे. जाऊ दे त्याला. आई-बाप नाहीत त्या पोराला. त्याला नको मारूस."

बस्स! सोन्या एवढेच म्हणाला. अडखळत अडखळत म्हणाला आणि त्याच्या डोळ्यात पाणीच आले.

आज सोन्याची एवढीच आठवण मला येते.

□

कोणे एके काळी

उत्तर रात्रीचा समय. नदीचे पात्र आता अगदी संथ होते. निःस्तब्ध पाण्याचा विस्तार एखाद्या अजस्त्र स्फटिकमण्याप्रमाणे दिसत होता. तीरावरची वृक्षराजी ध्यानस्थ पुरुषाप्रमाणे निश्चल उभी होती. मंद वाऱ्याच्या लहरी अंगाला बिलगत होत्या आणि शरीरावर बारीक काटा फुलवीत होत्या. उशिरा उगवलेला चंद्रमा आता आकाश माथ्यावर येऊन टेकला होता आणि चांदणे झिरमिरत होते. छायाबहुल वृक्षांच्या दाटीतूनही ही रिमझिम आत पाझरली होती आणि भूमीवर नाना प्रकारच्या रुपेरी रंगवल्लिका उठल्या होत्या.

पलीकडच्या काठावर उभी असलेली नगरी अंधारात पार बुडाली होती. तिथले दीप मधूनमधून झगमगत होते. अलीकडच्या काठावर टेंभे जळत होते आणि अंधारात दिसणाऱ्या त्यांच्या पंक्ती पाहून काहीतरी भयप्रद वाटत होते. वातावरणात तरंगणारे आणि वाऱ्याच्या झळुकीसरशी दोलायमान होणारे त्यांचे वेडेवाकडे आकार, त्यांचा रक्तवर्ण यांचा मनावर काही तरी विचित्र परिणाम होत होता. आकाशगामी झालेल्या मयासुराची ती पावले उमटलेली आहेत, असे उगीचच वाटत होते.

नदीच्या तीराने जळणाऱ्या या चुड्यांचे प्रतिबिंब नदीच्या स्फटिकावर मुद्रित झाले होते आणि कुणालाही गोचर न झालेल्या स्वर्गभूमीचा मार्ग त्यातून गूढपणे पुढे गेल्याचा प्रत्यय मनाला येत होता.

सारे काही निःस्तब्ध आणि शांत होते. कुठेकुठे तंबूतून येणारे प्रकाशाचे भाले डोळ्यांना रुतत होते. रक्षकांच्या हालचाली जाणवत होत्या आणि त्यांचा पदरव कानावर पडत होता. पर्जन्याचा थेंब जसा सहजपणे भूमीच्या आधीन होतो, तसे सगळे जग सहजपणे निद्रेच्या आधीन झाले होते.

नदीच्या पात्रात पाय सोडून मी एका पाषाणावर बसलो होतो. हात मागे टेकले

होते. दृष्टी माथ्यावर आलेल्या चंद्रावर लावून कसला तरी विचार करीत होतो. कोठली तरी अनामिक हुरहुर मनाला अस्वस्थ करीत होती.

थोड्या वेळाने कुणाच्या तरी पावलांचा आवाज झाला. तो अगदी समीप आल्यासारखे वाटले, म्हणून मी मागे वळून पाहिले, तो सर्वांगावर कवच शिरस्त्राण घातलेला राजदूत मला दिसला.

मी पाहताच तो हसून म्हणाला,

"वक्रतुंड महाराज –"

हा शब्द ऐकल्यावर स्मरण होऊन मी तोंड वेडेवाकडे केले.

"काय रे? का आली तुझी पीडा इथे?"

"महाराजांनी आपले स्मरण केले आहे."

"महाराजांनी?"

"होय."

"त्यांनी झोपेत हाक मारली असेल!"

"नाही. नाही. खरेच स्मरण केले आहे."

मी चकित होऊन विचारले,

"इतक्या उत्तररात्री महाराज अद्यापि जागे आहेत?"

"आज रात्रभर त्यांना निद्राच लागलेली नाही."

"कशावरून?"

"मी स्वत: अंतर्गृहातच होतो."

"त्यांना अपचन झाले असेल. जा, वैद्यराजांना बोलावणे पाठवा."

राजदूत हसून म्हणाला, "ह्यॅ-ह्यॅ:! वक्रतुंड महाराज, धन्य आहे तुमच्या विनोदी प्रकृतीची. महाराज तिकडे अस्वस्थ आहेत, वारंवार मूर्च्छित पडत आहेत आणि तुम्ही म्हणता त्यांना अपचन झाले आहे!"

"न व्हायला काय झाले? आज माध्यान्हीच इथल्या महाराजांकडे ते जेवायला गेले होते. तिथे सपाटून खाल्ले असणार. नाही तरी त्यांना खाण्याविना दुसरे सुचते काय? खाताना विचार करायचा नाही अन् मागाहून शंखध्वनी करायचा. नित्याचेच आहे हे त्यांचे."

मी एवढे बोललो तरी राजदूत हसूनहसून बेजार झाला. इतका की, त्याने स्वत:चे तोंड अगदी आवळून धरले. मी त्याला आणखीही हसवले असते. पण सर्वांगकवच, शिरस्त्राण घातलेल्या माणसाला फार मोकळेपणाने हसता येत नाही, हे मला माहीत होते. म्हणून मी अधिक काही न बोलता म्हटले, "बरे तर. हा मी निघालो."

डुलतडुलत, एखादी लांब तानेची फिरत घेत मी महाराजांच्या अंतर्गृहाकडे

आलो. वाटेत उभ्या असलेल्या एका राजसेवकाची दाढी ओढून मी किती लांब झाली, हे पाहिले. दुसरा झोपला होता. त्याच्या नाकात सुताची दोरी कोंबली. तिसऱ्याला जीभ बाहेर काढून वेडावून दाखवले. ह्याच्याशी बोल, त्याची चेष्टा कर, असे करीत आणि एकंदरीत मोठा कल्लोळ उडवीत मी अंतर्गृहात आलो. महाराज शय्येवर लोळत होते. ते मधेच डोळे मिटत, पुन्हा उघडीत. कधी अंगावरचे उत्तरीय सावरीत, तर कधी दूर फेकीत. सारखे या कुशीवरून त्या कुशीवर होत. एकंदरीत ते बरेच अस्वस्थ दिसले.

जिकडेतिकडे दासी उभ्या होत्या. हातात निरनिराळे साहित्य घेऊन तिष्ठत होत्या. कुणी विंझणवारा घालीत होत्या. कुणी महाराजांची वस्त्रे नीटनेटकी करीत होत्या. बाकीच्या केवळ आज्ञेसाठी तत्पर होत्या.

भूमीवर पसरलेला काळाभोर पट्टा एकदम पाहून मी ओरडलो,

''महाराज, नाग नाग!''

त्याबरोबर सगळीकडे एकच गोंधळ झाला. तेवढ्यात ह्या लोळणाऱ्या पट्ट्याचे बारीक टोक उचलून मी जोराने खेचले आणि फेकून देण्याचा आविर्भाव केला. त्याबरोबर एक दासी किंचाळली.

''अयाई! – माझी वेणी –''

मी क्रोधाविष्ट होऊन म्हणालो,

''ती तुझी वेणी का? मला वाटले नागच आहे म्हणून. मग आधी बोलायचे नाहीस? अशी जाण्यायेण्याच्या मार्गावर आपली वेणी टाकू नये. नीट जपून ठेवावी.''

माझे हे बोलणे ऐकून दासी हसतच राहिली. बाकीच्याही सगळ्या हसू लागल्या आणि हसण्याचा एकच कल्लोळ त्या ठिकाणी उडाला.

पुन्हा मी त्या दासीला विचारले,

''पण तू खाली भूमीवर बसून काय करीत होतीस?''

ती हसत म्हणाली, ''महाराजांसाठी मी चंदन उगाळते आहे.''

''तरीच इतकी दुर्गंधी सुटली आहे.''

असे म्हणून नाक दाबून धरून मी महाराजांच्याकडे गेलो. त्यांच्या शय्येजवळ उभा राहून मी टाळी वाजवली. सगळ्या दासींना उद्देशून सांगितले,

''ए, चालू लागा तुम्ही बाहेर. तुमच्या भेसूर तोंडामुळेच महाराजांना ज्वर आला असला पाहिजे. चला, चालत्या व्हा.''

थोड्याशा रुष्ट होऊन, थोड्याशा हसत, पण सगळ्या दासी तिथून पटापट निघून गेल्या. आत मी आणि महाराज दोघेच राहिलो हे नीट पाहून मी म्हणालो,

''महाराज, आता बोला. काय बिघडले तुमचे?''

महाराज हळू स्वरात म्हणाले,

"वक्रतुंडा, तू माझा मित्र म्हणून सांगतो –''

"कसेही. शत्रू म्हणून सांगितले तरी ऐकेन.''

"ऐक मूर्खा, उगीच बडबड करू नकोस.''

"बरे तर. सांगा.''

महाराज पुढे म्हणाले, "काय सांगू? आज संध्याकाळपासून माझी अवस्था अगदी चमत्कारिक झाली आहे. काही सुचत नाही, काही रुचत नाही. काही भासत नाही, काही दिसत नाही.''

मी काळजीच्या स्वरात मी विचारले,

"का बरे? चित्रसेन महाराजांच्याकडे काही कमीजास्त खाल्लेत का?''

"छट्! या देशातले भोजनच चमत्कारिक. सगळे कसे अळणी. मला मुळीच आवडले नाही.''

"मग?''

"आज संध्याकाळी भोजनानंतर थोडेसे लोळल्यावर नगरपर्यटन करायला म्हणून आम्ही बाहेर पडलो होतो.''

"बरं, पुढे?''

"त्या वेळी नगरेश्वर मंदिरात देवदर्शनासाठी आम्ही गेलो. दर्शन घेऊन प्राकारातील पुष्पवाटिकेत घटकाभर विश्रांतीसाठी म्हणून बसलो असताना एक अत्यंत लावण्यवती स्त्री मी पाहिली. आपल्या सख्यांबरोबर हास्यविनोद करीत ती वाटिकेतून हिंडत होती. एखादी वीज चमकावी ना, तशी तिची मुखश्री मला पळभर दिसली आणि नाहीशी झाली. खरोखर सांगतो, असले रूप मी या लोकी तरी पाहिले नाही. तिच्या लावण्याच्या केवळ दर्शनानेच मूर्च्छित झालो. ती तिथून केव्हा निघून गेली, मला कळलेही नाही. सेवकांनी मला सावध करून इकडे आणले. तेव्हापासून मी एखाद्या माशासारखा तडफडत आहे.''

डोळे बारीक करून एखादी शंका आल्यासारखे मी विचारले,

"ती सुंदर आहे हे मला कळले. पण ती तरुण आहे ना? हो, ते तुम्ही मला सांगितलेच नाहीत. ते कळले म्हणजे बरे.''

महाराजांनी शय्येवरून उठून माझा हात धरला. थोडासा रागाचा, चढता स्वर काढून ते म्हणाले,

"मित्रा, ही विनोदाची वेळ नाही. विनोद करून हसविण्यासाठीच तुला आम्ही विदूषकाचे स्थान दिले आहे. पण तो प्रकार आता बस्स कर. विनोद तुझ्या लहरीने नव्हे; माझ्या लहरीने झाला पाहिजे.''

हे बोलणे ऐकून मी एकदम गप्प बसलो. थोडा वेळ विचारमग्न होऊन नंतर मी विचारले,

"बरे, मग मी यात काय करावे, अशी तुमची इच्छा आहे?"

महाराजांनी माझे दोन्ही हात घट्ट दाबले.

"या कार्यात मला साह्य कर. ती लावण्यवती कोण, याचा शोध आण. तिची प्राप्ती कशी घडवून आणता येईल, याचा मार्ग सांग."

"हे मीच केले पाहिजे?"

"तुझ्याविना या परदेशात मला साह्य कोण करणार? तू बुद्धिमान आहेस, चतुर आहेस. पिंजऱ्यातल्या शुकासारखा बडबड्या आहेस. आणखी म्हणजे तू मूळचा याच प्रदेशातला आहेस. म्हणून तूच हे काम करायला पाहिजे."

महाराजांचे हे बोलणे खरे होते. या टीचभर खळगीच्या निमित्ताने जेव्हा मी दाही दिशा हिंडत होतो, तेव्हा त्यांनीच मला आश्रय दिला होता. महाराजांच्या कृपेनेच हे स्थान प्राप्त झाले होते. इतक्या तरुणपणीच माझे भाग्य उदयाला आले, याचे सगळ्यांना कौतुक वाटत होते. होय, त्यांच्या कृपेवर मी जगत होतो. त्यांच्या इच्छेनुसार हसत होतो आणि हसवीत होतो. आता त्यांच्या कृपेची पूर्ती करण्याचा हा समय होता. त्यांनी एक इच्छा व्यक्त केली होती आणि ती मला पूर्ण करणे भाग होते. मी केवळ त्यांच्या दृष्टीचा दास होतो. हातांच्या संकेतांचा सेवक होतो. धनी जे बोलेल, ते वरच्यावर झेलण्यात भूषण मानणारा एक य:कश्चित चाकर होतो. मला ते करणे भागच होते.

एक सुस्कारा सोडून मी म्हणालो, "ठीक आहे महाराज. मी पराकाष्ठा करतो."

आणि त्यांच्या गोऱ्यापान, पुरुषी सौंदर्याने नटलेल्या अलंकृत मुखाकडे उगीच पाहत राहिलो.

मस्तकावरून हात फिरवीत महाराज म्हणाले,

"इतके अप्रतिम लावण्य सामान्य कुळांत असणार नाही. तिची वस्त्रेही मोठी मौल्यवान होती. अंगावर नाना प्रकारची भूषणे होती. खात्रीने ती कुठल्या तरी उच्च कुळांतली आहे. तू शोध कर."

मी हसून म्हटले,

"आपला तर्क बरोबर आहे. ती राजकन्या मात्र खचीत नसावी. सार्वजनिक पुष्पवाटिकेत राजपुत्री येईल, असे मला वाटत नाही. देवदर्शनाला आलेली ती एखाद्या नगरवासी जनाची पुत्री असावी."

आणि मी उठलो. महाराजांचा निरोप घेऊन माझ्या निवासाकडे आलो. दीप जळत होता. अंग जड झाले होते. सगळे शरीर कसे शिणून गेले होते. उघड्या द्वारांतून उष:कालीचे गार वारे आत येत होते आणि अंगाला झोंबत होते. शय्येवर अंग टाकताच क्षणार्धात माझे डोळे मिटले.

उष:काल होईपर्यंत माझे सगळे आन्हिक आटोपले होते. सुस्नात होऊन आणि

वस्त्रे परिधान करून बाहेर पडलो आणि नदीतीराला असलेल्या लहानशा नौकेतून पलीकडच्या तीराला जाऊन पोचलो. झरझर पाय उचलीत नगराच्या महाद्वारापर्यंत आलो, तेव्हा सूर्य दोन अंगुळे वर आला होता. सुवर्णाचा मुलामा वृद्धांच्या माथ्यावर झगमगत होता. नाना प्रकारचे रव करीत पक्षी कोटरांतून बाहेर पडत होते. मंद वायू अंगाला स्पर्श करून जात होता आणि उपवनातून येणाऱ्या पुष्पांचा परिमल वातावरणात कोंदून राहिला होता.

राजमार्गाने बराच वेळ इकडेतिकडे हिंडत मी जवळजवळ नगरप्रदक्षिणा घातली. तोपर्यंत नित्याचे व्यवहार सुरू झाले होते. एखादा ब्राह्मण शुचिर्भूत होऊन मंत्र म्हणत चाललेला दिसत होता. वैश्य लोक शिबिकेत बसून देवदर्शनाला निघाले होते. एखादा रथ खडखडत जात होता आणि पादचारी लोक गडबडीने कुठे कुठे चालले होते.

फिरतफिरत मी फुलवाल्यांच्या दुकानांवरून जाऊ लागलो. एक सशक्त, तरुण, गोरागोमटा फुलवाला दिसला, तेव्हा मी थांबलो. ऐन प्रात:कालीच त्याच्या मुखात तांबूलही दिसला, तेव्हा आपले काम सहज होईल, असे मला वाटले. मग त्याच्या दुकानातून पुष्पहार, गजरे असले साहित्य घेतले. इकडेतिकडे गप्पा मारल्या आणि अखेरीस संभाषण सुंदर स्त्रियांच्यावर येऊन ठेपले.

सुंदर युवतीचा विषय निघाल्यावर त्या तरुण आणि रसिक माणसाची कळी खुलली.

"जोपर्यंत या नगरीत अनेक सुंदर स्त्रिया आहेत ना," तो म्हणाला, "तोपर्यंत आमचा हा व्यवसाय उत्तम चालत राहणार."

मी विचारले, "तो कसा काय?"

"अहो, या सुंदरींच्या प्राप्तीसाठी झुरणारे तरुण पुरुषही फार आहेत. ते गळ्यात पुष्पहार घालतात, मनगटावर गजरे घालतात, नाना प्रकार करतात आणि आपल्या प्रियेच्या घराजवळ घुटमळत राहतात. तुम्ही संध्याकाळी या, म्हणजे एकेक गमती तुम्हाला दाखवीन."

मीही मग मणिबंधावर गजरा चढविला. त्याच्याकडे हसून पाहिले, त्याने नेत्रपल्लवी केली आणि मग तोही हसला.

"वा महाराज! ऐन प्रात:काळीच तुम्हीही त्यातलेच भेटलात की!"

मी हसून म्हणालो,

"गड्या, हे असे आहे खरे. मी एक परदेशी पांथस्थ आहे. मी कोठे जाऊ हे सांग. एखाद्या अशा सुंदरीचे नाव सांग, की जिचे लावण्य पाहून राजेमहाराजांनाही भुरळ पडावी."

"महाराज, आपली इच्छा असेल तर सांगतो बापडा. पण असल्या लावण्याच्या

वाटेला तुम्ही पांथस्थांनी जाऊ नये –''

"सांगशील तर खरे.''

त्या तरुण फुलवाल्याने नगरीतील नाना सुंदरींची नावे सांगितली. त्यांच्या सौंदर्याचे वर्णन केले आणि त्यांच्या रुची-अरुची निवेदिल्या. शेवटी तो म्हणाला, "महाराज, हे तर झालेच. पण या नगरीत असे अद्वितीय स्त्रीरत्न आहे की, जिच्यासाठी अनेक राजपुत्रही झुरणीला लागले आहेत. पण तिच्या वाटेला तुम्ही जाऊ नये हे बरे.''

मान हलवून मी त्याला कारण विचारले.

"या नगरीत धनदत्त नावाचा श्रेष्ठी राहतो. त्याचे ऐश्वर्य कुबेरासारखे आहे. या श्रेष्ठीची कन्या मोहिनी ही केवळ सौंदर्याची खाण आहे. आमच्या मालव देशातल्या सुंदरी उपजत चतुर असतात. पण ही मोहिनी विशेष चतुर आहे, असे म्हणतात. पाहिल्याबरोबर कोठल्याही पुरुषाने मूर्च्छित व्हावे, असे तिचे लावण्य आहे.''

ही खूण बरोबर जुळत होती. उपवनात त्या सुंदरीला पाहिल्याबरोबर आपण मूर्च्छित पडलो, असे महाराजांनी सांगितल्याचे मला स्मरण झाले. ती हीच युवती असली पाहिजे, एवढे समजले. महाराजांचे बाकी काही असो, पण स्त्रियांच्या विषयात त्यांची पारख कधी चुकणार नाही, हे मला माहीत होते.

मी म्हटले,

"तर मग ती सुंदरी अवश्य पाहिली पाहिजे. निदान दृष्टिलाभ तरी घ्यावा. आमच्यासारख्या दरिद्री माणसाने कशाला या मार्गाने जावे?''

"दृष्टिलाभ अवश्य घ्या.'' तो दुकानदार दृढ स्वरात म्हणाला, "प्रतिदिनी सायंकाळी ती नागेश्वर मंदिरात देवदर्शनाला येते. पुष्पवाटिकेत आपल्या सख्यांसमवेत बसते आणि पश्चिम द्वाराने निघून जाते. पण फक्त पाहाच आपले. अधिक पुढे जाऊ नका. जाल तर पस्तावाल.''

"का बरे?''

"कोण जाणे, पण कुठलाही पुरुष तिच्या मनाला येत नाही. तिच्यामागे लागून अनेक जण व्यर्थ झुरले. काही जणांनी प्राणत्याग केला. कित्येकांनी देशांतर केले. काही जणांनी तर अंगाला राख फासून संन्यास घेतला. पण तिचे मन कुणाच्याही ठायी रमले नाही. अशी मोठी विचित्र मुलगी आहे. तुम्ही तिच्या नादी लागाल, तर व्यर्थ आपल्या जीवनाचा नाश करून घ्याल. याउपर तुमची इच्छा.''

फुलवाल्याने इतके सांगितल्यावर मी अधिक काही बोललो नाही. त्याला धन्यवाद दिले. त्याच्या हातावर रौप्यमुद्रिका ठेवून त्याचे समाधान केले आणि त्या श्रेष्ठीच्या प्रासादतुल्य वाड्याचा पत्ता विचारून मी त्याचा निरोप घेतला.

त्यानंतरच्या दोन-तीन दिवसांत मी श्रेष्ठी धनदत्ताच्या प्रचंड वाड्यावरून अनेक

प्रदक्षिणा केल्या. हा वाडा खरोखरीच एखाद्या प्रासादासारखा होता. त्याला अनेक प्रवेशद्वारे होती आणि मजले होते. ठिकठिकाणी गवाक्षे होती. सगळाच वाडा तिन्हीचारी बाजूंनी उपवनाने वेढला होता. नाना प्रकारांनी मी शोध केला, तेव्हा मला कळले की, सगळ्या वाड्याचा पश्चिमेकडचा भाग मोहिनीकडे आहे आणि तेथील अनेक महालांतून ती राहत असते. तिच्या महालाकडे जाणाऱ्या प्रवेशद्वारावर जे गवाक्ष आहे, त्यात नित्य एक दीप रात्रंदिवस जळत असतो आणि तो कधीही शांत करायचा नाही, अशी तिची विशेष आज्ञा आहे.

का कोण जाणे, पण या दिव्याभोवती काही गूढ आहे, असे मला वाटू लागले. हा दीप अहोरात्र तेवत का ठेवण्यात येत होता? प्रकाशासाठी? छे! छे! तसा तो दीप लहान होता आणि त्याने बाहेरही प्रकाश पडत नव्हता आणि आतही खचित नव्हता. आणि तो दिवसा ठेवण्याचे तर काहीच कारण नव्हते. मग कशासाठी? त्या सुंदरीला केवळ दैववशात उत्पन्न झालेली एक श्रीमंती इच्छा! तसेही नसावे. काही एक हेतू, काही एक योजना त्यापाठीमागे असेल काय?

विचार करूनकरून थकल्यावर अखेरीस मला काही तरी समजल्यासारखे वाटले. मनात कसली तरी शंका घोळू लागली आणि तीच बरोबर आहे, असेही वाटू लागले. एके दिवशी रात्री मी धनुष्यबाण बरोबर घेऊन गेलो आणि त्या गवाक्षावर नेम धरून शरसंधान केले. दोनतीन बाण हुकले, पण एक बरोबर त्या दिव्याला लागला आणि तो आत कोलमडून पडला. त्या मंद प्रकाशाने उजळलेली ती खिडकी अंधारात बुडून गेली. एवढे झाल्यावर मी तिथून निघून गेलो.

दुसऱ्या दिवशी रात्री नित्याप्रमाणे मी त्या गवाक्षाकडे जाऊन पाहिले, तो दीप पूर्ववत जळतच होता. इकडेतिकडे पाहता पाहता माझ्या ध्यानात आले की, प्रवेशद्वाराच्या खाली भूमीवर सुगंधी द्रव्याने भरलेला द्रोण ठेवला आहे आणि त्याच्या समीप सुगंधी फुलांची रास रचलेली आहे. सुगंधी द्रव्याचा द्रोण पाहून मी हसलो आणि तो तिथेच लवंडून दिला. राशीतली सुगंधी फुले मात्र मी ओंजळ भरून घेतली आणि परत एक चकार शब्द न बोलता माघारी आलो. रात्रभर विश्रांती घेतली आणि प्रातःकालीच तिच्या द्वारावरून निरीक्षण करीत पुढे गेलो.

माझा तर्क खरा झाला होता.

तिच्या प्रवेशद्वारापुढे एवढ्या पहाटेच भूमीवर रंगवल्लिका काढलेल्या होत्या आणि त्यात मध्यभागी एक सुरेख स्वस्तिकचिन्ह नीटनेटके रेखलेले होते.

समाधानाचा एक निःश्वास सोडून मी परत आलो आणि महाराजांना सगळी कथा सांगितली.

महाराजांना या प्रकारातले काही कळले, असे त्यांच्या मुद्रेवरून दिसले नाही. त्यांना मी जे बोललो, ते ऐकून घेतले, इतकेच. थोड्या वेळाने त्रासिक मुद्रा करून

ते म्हणाले, "हे तू मला जे सांगितलेस त्यातले एक अक्षर समजले नाही. दीप काय, फुले काय नि स्वस्तिक काय? – सगळेच चमत्कारिक. काही तरी तुझे डोके चालत असते!"

मी हसून म्हटले, "महाराज, हे चतुर स्त्रियांचे संकेत आहेत. या मालव देशातल्या स्त्रिया या विद्येत फार कुशल समजल्या जातात. आपल्या प्रियकराची त्या याच मार्गाने निवड करतात."

महाराजांनी भ्रुकुटी उडवल्या. चेहरा रुष्ट केला.

"कसले बुवा संकेत? आम्हाला एक अक्षर समजले असेल तर शपथ."

"अखंड दीप लावून या मोहिनीने असे सुचविले की, मी माझ्या प्रियकराची अहोरात्र वाट पाहते आहे; दीप अजून जळतो आहे आणि मला योग्य प्रियकर अद्यापि भेटलेला नाही. तो दीप शांत करून मी तिला सुचविले, की आता वाट पाहायचे कारण नाही; तुझ्या रुचीला उतरणारा पुरुष या नगरीत आला आहे. समजले महाराज? दुसऱ्या दिवशी तिने सुगंधी द्रव्याने भरलेला द्रोण आणि फुलांची रास आपल्या प्रवेशद्वारापाशी ठेवली. हेतू हा, की हा पुरुष कोणत्या गोष्टीची निवड करतो पाहावे. मी द्रोण लवंडून दिला आणि फुलांची ओंजळ उचलली. त्यातून मी तिला असे दाखवून दिले, की कृत्रिम सौंदर्यापेक्षा स्वाभाविक सहजसौंदर्याचा मी भोक्ता आहे. खोटे मानवनिर्मित सौंदर्य मला नको. परमेश्वराने निर्मिलेले सौम्य पण अनाघ्रात रूप मला हवे."

"मला म्हणजे?"

"मला म्हणजे मला नव्हे – तुम्हाला."

"बरे, पुढे?"

"माझा – म्हणजे तुमचा – हा संदेश तिने बरोबर ओळखला. तिला तो मान्य झाला. म्हणून प्रात:काली तिने रंगवल्लिका काढल्या आणि त्यात स्वस्तिक रेखून आपले स्वागत केले. शुभचिन्ह दर्शवून स्वत:च्या मान्यतेची ग्वाही दिली."

माझे हे स्पष्टीकरण ऐकून महाराज थोडेसे विचारात पडले. त्यांच्या मुद्रेवरून अनेक भाव उमटून गेले. शेवटी अविश्वासाची मुद्रा दर्शवून मान हलवीत ते म्हणाले,

"काय बोललास, काही कळले नाही. मला नाही वाटत यात काही तथ्य असेल म्हणून. सगळे तुझ्या मनाचे खेळ आहेत झाले. असल्या मार्गाने कुठे स्त्रिया प्राप्त होतात काय? त्यापेक्षा सरळ पुष्पवाटिकेत जाऊन तिला पळवून आणले तर?"

मी उद्विग्न मुद्रेने म्हणालो,

"छे,छे! महाराज, जिथे सूचिकेने कार्य होईल, तिथे खड्ग कशाला? तुम्ही पाहा तर खरे, काय होते ते."

“बरे तर. काय करायचं म्हणतोस?”

“आता तिला एक विरहव्यथेने तुडुंब भरलेले पत्र पाठवायचे. असे पाठवायचे, की तुमच्या बुद्धिमत्तेचा, रसिकतेचा तिला पुरा प्रत्यय आला पाहिजे आणि तिने त्वरित भेटायला धावत आले पाहिजे.”

“तर मग ते काम तू कर. एक पत्र पाठवून दे. पाहू तरी काय होते ते.”

मी सुस्कारा सोडून म्हणालो,

“आज्ञा महाराज.”

मग मी भूर्जपत्र आणून त्यावर वळणदार अक्षरात लिहिले,

‘प्रियतमे,

मी कोण, हे जाणण्याची तुला उत्सुकता लागली असेल. मी कुणी सामान्य कुळातला नसून राजवंशातला, क्षत्रियकुलोत्पन्न तरुण पुरुष आहे, हे पाहून तुला खचित हर्ष होईल.

तुझ्या असामान्य रूपाने मी तुझ्याकडे ओढला गेलो आणि तुझ्या चातुर्याने तर माझ्या हृदयावर तुझे लावण्य शाश्वतच कोरले गेले आहे. तुला एकदा पाहूनच इतकी विलक्षण स्थिती होऊन जाते, की खरोखर तुझ्या संगतीचा दाह तुझ्या निकटच्या परिवाराला कसा सोसवत असेल, याचा मला विस्मय वाटत आहे. तू म्हणजे एका सुकुमार राजकुमाराला उष:काली पडलेले एक मधुर स्वप्न आहेस. गंधद्वीपाला पाहून भ्रमर उत्फुल्ल पुष्पवाटिकांचाही त्याग करतात. माझे मनही तसेच तुझ्या ठायी आकृष्ट झाले आहे. मनात अहर्निश तुझा ध्यास लागला आहे. तू केव्हा भेटशील? पुरुषार्थाने कृतार्थ झालेले माझे बाहू तुझ्या विसाव्यासाठी अधीर झाले आहेत. तेव्हा ये... विरहाच्या अग्नीत फार काळ आता राहवत नाही. नदी ज्या अनिवार्यतेने सागराकडे धावत जाते, ती अनिवार्यता तुलाही माझ्याकडे घेऊन येऊ दे. तुझ्या मीलनासाठी मी व्याकूळ झालो आहे....’

पत्र पुरे करून मी आमच्या वृद्ध दासीला हाक मारली. खाणाखुणा नीट समजावून देऊन मी तिला ते पत्र देऊन धाडून दिले. आमची ही वृद्धा तशी बुद्धिमान होती. आपले कार्य योग्य रीतीने पार पाडल्यावाचून ती परत येणार नाही, याची मला निश्चिती होती.

चांगले दोन प्रहर लोटले आणि ती परत आली ती रडतरडतच.

महाराज चकित होऊन म्हणाले,

“चंद्रमुखी, तुला रडायला काय झाले? काय प्रकार आहे?”

म्हातारी चंद्रमुखी पहिल्या प्रथम बराच वेळ काही बोलेना. रडत, हुंदके देत ती गप्प उभी राहिली. खोदून विचारले तरी बोलेना. मलाही त्यामुळे मोठे चमत्कारिक झाले. चोरट्यासारखा मीही गप्प उभा राहिलो.

शेवटी महाराज रागावले.

"थेरडे, काय झाले ते सांगशील का आपली रडतच बसशील?"

वृद्धा हुंदके देत म्हणाली,

"काय सांगू महाराज? असला प्रसंग माझ्यावर जन्मात कधी आला नव्हता."

मी म्हटले,

"वाटेत कुणाला तरी तू धक्का दिला असशील आणि त्यामुळे त्याने तुला ठोकले असेल. होय की नाही?"

माझे हे बोलणे ऐकून महाराज खो खो करून हसू लागले आणि त्या वृद्धेचेही रडे थांबले. हळूहळू तिला कंठ फुटला.

"काय सांगू महाराज? तुम्ही सांगितल्याप्रमाणे मी त्या श्रेष्ठीच्या घराचा शोध घेत गेले. काही ना काही निमित्त सांगून त्या तरुण मुलीपर्यंतही जाऊन पोचले. काय ते लावण्य! अहाहा –"

"पुरे पुरे. पुढे बोल."

"पुढे काय? तुम्ही सांगितल्याप्रमाणे पुष्पवाटिकेत पाहिल्यापासून सगळी कथा मी तिला थोडक्यात सांगितली. महाराजांच्या ऐश्वर्याचे, रूपाचे वर्णन केले आणि तुम्ही दिलेले पत्र तिच्या स्वाधीन केले."

"मग?"

"माझे बोलणे ऐकून तिने मुद्रेवर असे आश्चर्य व्यक्त केले म्हणता की, आपले काही तरी चुकले, असे तिथल्या तिथेच मला वाटू लागले. अन् पत्र वाचल्यावर तर ती अशी क्रुद्ध झाली, की काही विचारू नका. नाही नाही ते बोलून तिने माझी निर्भर्त्सना केली. वाक्ताडन तर केलेच, पण कसल्या तरी रंगाने भरलेली आपली बोटे ताड्दिशी माझ्या मुखावर की हो उठवली. आणि वर म्हणते कशी, जा, तुझ्या महाराजाला हे थोबाड दाखव जा. अन् अक्षरश: सेवकाकडून मला हाकलून दिले."

असे म्हणून ती पुन्हा मुसमुसायला लागली.

महाराजांनी तिला बाहेर जाण्याची आज्ञा केली. ती रडतरडत म्हणाली,

"ही बघा ती बोटे. माझ्या म्हातारीच्या गालावर कशी स्वच्छ उमटलेली आहेत."

आपला झाकलेला गाल तिने क्षणभर आमच्यापुढे केला. मी निरखून पाहिले, खरोखरच रक्तचंदनाची तीन सुकुमार बोटे त्यावर उमटलेली होती.

ती गेल्यावर महाराज रागाने तारस्वरात म्हणाले,

"झाले? – लागला निर्णय? तरी मी म्हणत होतो, की तुझे हे सगळे करणे मूर्खपणाचे आहे. यात काही अर्थ नाही. आता माझे नावही तिला कुळून चुकले. माझी प्रतिष्ठा गेली. कीर्ती लोपली. आता तिच्या प्राप्तीची या जन्मात तरी मला आशा नाही. मूर्ख कुठचा!"

मी शांतपणे हे बोलणे ऐकत होतो.

महाराजांच्या बुद्धिमत्तेचे मनातल्या मनात कौतुक करीत विचार करीत होतो. मनात म्हणत होतो, की हे असे कसे झाले? आपला तर्क चुकला कसा? का बरे चुकावा? आणि तो जर चुकलाच असेल, तर भूमीवर काढलेल्या त्या शुभ चिन्हांचा अर्थ काय?

शेवटी मी मनात काही तरी पक्के ठरवले. नंतर अत्यंत सावकाश स्वरात पण ठासून मी सांगितले,

"नाही महाराज, आपण योग्य मार्गावर आहोत."

खोचक स्वरात महाराज उत्तरले, "असे का? फार छान! – ते कसे काय एवढे आता सांग म्हणजे झाले."

"महाराज, मोहिनीने आपली प्रीतीच व्यक्त केली आहे; अप्रीती नाही."

हे ऐकून महाराज ताम्रमुखी हनुमानासारखे लाल झाले.

"होय का? मग उद्या मी तुला सुळावर चढवतो अन् सांगतो की मी प्रीतीनेच या महाब्राह्मणाला सुळावर चढवले – अप्रीतीने नाही."

"माझे ऐकून तर घ्या."

"तू काय सांगणार? ही अप्रीती नव्हे, अनुराग आहे – असेच ना?"

मी शांतपणे म्हटले, "होय."

"बोल पुढे."

"ही रक्तचंदनाची बोटे तीन आहेत. ती तुम्ही पाहिलीत का? या मोहिनीने तुम्हाला मोठ्या चतुराईने सुचविले आहे, की थोडासा धीर धरा. तीन दिवस थांबा आणि मग मी आपलीच आहे."

एवढे बोलून मी उठून गेलो.

तीन दिवस लोटले. मग मी त्या दासीला पुन्हा बोलावून घेतले आणि पुन्हा तिला त्या श्रेष्ठीकन्येच्या घरी जायला सांगितले. पहिल्या प्रथम ती जायला सिद्ध होईना. पण मी तिला फारच आग्रह केला. नाना आश्वासने दिली. तेव्हा बरेच आढेवेढे घेऊन नंतर जाण्याचे तिने मान्य केले. या वेळी मात्र मी तिच्याबरोबर पत्र मुळीच दिले नाही. फक्त जा आणि तिचे कुशल विचारून ये, एवढेच सांगितले.

चार घटिका लोटल्या आणि चंद्रमुखी परत आली ती हसतहसतच.

मोहिनीने आपले कसे स्वागत केले, चांगले स्वादिष्ट पदार्थ कसे खाण्यासाठी

दिले आणि शेवटी ओंजळ भरून सुवर्णमुद्रिका कशा दिल्या, महाराजांची नाना प्रकारे विचारणा कशी केली, याचा विस्तृत वृत्तान्त तिने मला सांगितला. ते ऐकून माझा जीव भांड्यात पडला.

शेवटी मी तिला विचारले,

"बरे, पण तिने काही निरोप दिला का?"

ती मान हलवून म्हणाली, "निरोप? निरोप नाही बाई काही दिला. जाताना फक्त चंदनाचे वर्तुळ तिने माझ्या गालावर काढले आणि मला 'जा' म्हणून सांगितले. मी ते आत्ताच पुसून टाकले."

मी महाराजांकडे जाऊन हा सगळा वृत्तान्त कथन केला आणि म्हणालो,

"महाराज, आपले कार्य पुरे होत आहे. हा तिचा अखेरचा संदेश. आता विरहाचा काळ संपला. मीलनाची घटिका समीप आली."

हे ऐकून महाराजांचे कुतूहल जागृत झाले.

"ते कसे काय?"

"या संकेतातून तिने असे सुचविले आहे की, आकाशामध्ये पूर्णचंद्रमा ज्या दिवशी असेल, त्या दिवशी मी आपल्याला भेटायला येईन."

हे ऐकून महाराज आसनावरून ताडकन् उठून उभे राहिले. त्यांची मुखश्री फुलली. हातपाय थरथरू लागले. आणि अखेरीस, एखादा घट जसा जलाने भरून यावा, तसे त्यांचे मुख आश्चर्याने भरून आले.

"काय म्हणतोस काय तू?"

"अगदी सत्य."

"ती येईल?"

"हा संकेत आहे. चतुर स्त्री तो केव्हाही पाळेल."

"केव्हा येईल?"

"पौर्णिमेला क्षितिजावर चंद्रबिंब दिसू लागल्यानंतर ते आकाशमाथ्यावर येईपर्यंत केव्हाही ती येईल."

महाराज विचार करून म्हणाले, "पौर्णिमा केव्हा आहे?"

"उद्या."

"अरेरे! आज नाहीच का?"

"नाही. तिथे तरी किमान तुमची सत्ता मुळीच चालणार नाही. चंद्रमा आपल्या वेळेलाच पूर्णरूप घेऊन उदयाला येईल. तुमच्या लहरीने नव्हे."

महाराज हसले. त्यांना वाटले, मी हा काही तरी गमतीदार विनोद केला आणि ते हसले.

"मग तूच जा आणि तिला घेऊन ये."

महाराजांनी अशी आज्ञा केल्यावर मला थोडेसे समाधान झाले. ज्या स्त्रीच्या प्राप्तीसाठी मी माझे शहाणपण पणाला लावले, ती सुंदरी अद्यापि मी पाहिलेली नाही, याची मला रुखरुख लागून राहिली होती. तिला डोळे भरून पाहता येईल, अशी संधी मिळावी, ही उत्कंठा मनात होतीच. ती पुरी झाल्यामुळे मला आनंद झाला. महाराजांना वंदन करून मी म्हटले,

''जशी आपली आज्ञा.''

मग तो दिवस मावळला. पळे, विपळे, घटिका, असे करता करता दुसराही दिवस मावळण्याच्या बेतात आला. सहस्र किरणांचे जाळे आवरून घेऊन दिवसाचे सुदर्शन पश्चिम क्षितिजावर टेकले. पश्चिमेला रक्तवर्णाचा सडा झाला आणि त्याच वेळी पूर्वक्षितिजावर वाटोळे चंद्रबिंब अलगद वर आले. जलसंचय कमी व्हावा आणि जलपृष्ठाखाली आलेल्या कमळाने फुलत हळुवारपणे वर तरंगावे, तसे हे चंद्राचे विकसित फूल वर आले. दोन्ही बाजूंना दोन अजस्त्र घंटा बांधलेल्या एखाद्या गजराजाप्रमाणे पृथ्वीची शोभा दिसू लागली. उष्णोदकात चंदन मिसळावे, तसा सूर्यप्रकाशात चंद्रप्रकाश मिसळला आणि मग अखेरीला जिकडेतिकडे चांदणेच चांदणे झाले.

नदीच्या पात्राजवळ उभा राहून मी वाट पाहत थांबलो, तेव्हा चंद्र सरसर वर चढत होता आणि चांदण्याचा लेप झाडांच्या माथ्याला लागलेला होता. सपर्ण वृक्ष सळसळत होते आणि मंदवाऱ्याच्या झुळका अंगाला बिलगत होत्या. नदीचे पात्र रुपेरी झाले होते. सारे आसमंत उजळून निघाले होते.

अशा दोन घटिका गेल्या.

आणि मग एखाद्या राजहंसाच्या संथ, लयपूर्ण गतीने पलीकडच्या काठावरून एक नौका या तीरावर आली. नावाडी नौका वल्हवीत होता आणि चांदण्यात झगमगणाऱ्या मेघडंबरीखाली अवगुंठन घेतलेली एक कमनीय आकृती अस्पष्टपणे दिसत होती. सारा श्वास गोळा करून मी तिकडे पाहत राहिलो.

नौका तीराला लागली आणि रेशमी वस्त्राचे आच्छादन घेतलेली, तारुण्याने मुसमुसणारी एक सुकुमार युवती तीरावर उतरली. तिची गोरीपान पावले कडेच्या पाण्यात भिजली आणि नंतर वाळूत उमटली.

कमरेचा शेला काढून मी तो हातात धरून हलवल्यासारखा केला, तेव्हा त्या पावलांची पंक्ती अचूक माझ्याच दिशेने वळत आली आणि मला एकदम बावरल्यासारखे झाले. तिच्याकडे पाहण्यासाठी म्हणून दृष्टीला दिशा दिली, तेव्हा ती हसली. अशी हसली, की सगळे चांदणे एकदम फिकट झाल्यासारखे वाटले.

चांदण्याने माखून निघालेले आपले मुख वर करून तिने अवगुंठन काढून घेतले. अत्यंत मृदू स्वरात ती म्हणाली,

"मी आले आहे."

चरणाला घुंगुर लावून आलेले ते शब्द माझ्या कानात निनादत आले आणि एखाद्या भ्रमिष्टासारखा मी सौंदर्याच्या त्या चालत्याबोलत्या मुशीकडे पाहत उभा राहिलो. तिचे यौवन आणि रूप दोन्ही काही विलक्षण होती. काही एका दैवी संगतीने जुळून आली होती. हे तारुण्य एवढे सुंदर दिसावे आणि हे रूप एवढे तरुण असावे, याचा मला विस्मय वाटत राहिला. खरोखर कुणी कुणाला अलंकृत केले होते, याचा मनाशी निश्चय होईना. चांदण्यामध्ये सुगंधित वायूच्या लहरी अंगावर याव्यात, स्फटिकासारख्या पाण्यात नक्षत्रांनी खचलेले आकाश दृष्टीला पडावे, कल्पद्रुमाला ऋतू प्राप्त व्हावा, तसे काही तरी तिला पाहून वाटले. नृपनीतीप्रमाणे सुवक्र असलेल्या त्या भृकुटी, कज्जलाने शोभिवंत दिसणारे सर्वरसपरिपूर्ण नेत्र, गर्वोन्नत सरल नासिका, कनक चंपकाचा गौरवर्ण आणि पारिजातपुष्पाची सुकुमारता....

मोठ्या प्रयासाने मी स्वत:ला सावरले. सावध केले, मान किंचित लववून हळू आवाजात म्हणालो,

"काय म्हणालात?"

तिला त्या प्रकाराची सवय असावी. कारण तिच्या मुद्रेवर कसलेही भाव उमटले नाही. ती पुन्हा म्हणाली,

"मी आले आहे."

मन स्वस्थ करून आणि तिच्या मुखावरील दृष्टी काढून घेण्याचा प्रयत्न करीत मी म्हटले,

"चला, महाराज वाट पाहत आहेत. या मार्गाने चलावे."

रुपेरी वाळूतून बराच वेळ आम्ही हळूहळू आणि नि:स्तब्धपणे चालत होतो. जेथे वाळू संपली होती, तेथे वृक्षांची दाट छाया पसरली होती. त्यांच्या फांद्या वाऱ्याने सळसळत होत्या आणि छाया हलत होत्या. काळा अंधार आणि पांढरे चांदणे ठिकठिकाणी भूमीवर मिसळून कालवले गेले होते. थंडी किंचित पडू लागली होती आणि नदीचे पात्र धुक्याचे पातळ वस्त्र घेऊन अदृश्य होत होते. तिकडे बोट दाखवून मी म्हटले,

"ते पाहिलेत?"

ती आश्चर्याने म्हणाली, "काय?"

"इकडे एक अवगुंठन दूर होत आहे आणि तिकडे नदी एखाद्या लज्जावतीप्रमाणे ते मुखावर ओढून घेऊ लागली आहे."

ती मंद हसली.

"तुम्ही मोठे रसिक आहात."

"असेनही कदाचित."

पुन्हा थोडा वेळ शांतता पसरली. वातावरण मोठे गूढ वाटू लागले.

मोहिनी मोठी धीट दिसली. मोठ्या धिटाईने माझ्याकडे टक लावून पाहत तिने विचारले, "खरेच, तुम्ही कोण मला समजलेच नाही."

"एवढी योग्यता माझी नाही."

"तरीपण –"

मी सुस्कारा सोडून म्हटले, "मी महाराजांचा विदूषक आहे. माझे खरे नाव सोमशर्मा. आताचे नाव वक्रतुंड."

"म्हणजे ब्राह्मण."

"होय, मी द्विज आहे."

"तर मग तुम्ही महाराजांचे विश्वासू मित्रच आहात."

हसत हसत तिने माझ्या मुखाकडे पुन्हा एकदा टक लावून पाहिले.

"पण तुम्ही तर नावाचेच वक्रतुंड दिसता. तुमचे मुख काही वाकडे नाही, चांगले नीटनेटके आहे."

"नाही – पण ते प्रसंगोपात्त वाकडे करावे लागते. तोच माझा व्यवसाय आहे."

आता नदीकाठ संपत आला होता. तीरावरच्या छाया पाठीमागेच राहिल्या होत्या. सैनिक चांदण्यातून फिरत होते. बारीक स्वरात जिकडेतिकडे कुजबूज चालली होती. ठिकठिकाणी तिष्ठत राहिलेले रक्षक भेटत होते आणि त्यांच्याशी काहीतरी प्रत्युत्तरे करीत आम्ही पुढे चाललो होतो. आमचे निवासस्थान समीप येत होते. सुवर्णकलशाने शोभणारा महाराजांचा निवास चंद्रप्रकाशात झगमगत होता. जवळजवळ येत होता.

मंद स्वरात काही काही बोलत आम्ही मार्ग चालत होतो. मी म्हटले,

"आमचे महाराज तुमची वाट पाहत केव्हाचे तिष्ठत असतील."

जलपृष्टावर एखादा हलकासा तरंग उठावा, तसा लज्जेचा एक तरंग तिच्या मुखावर उमटला आणि नाहीसा झाला.

"तुमचे महाराज फार चतुर आहेत."

"एवढेच कसे? ते शूर आहेत, रूपवान आहेत आणि वैभवसंपन्नही आहेत."

"असतीलही. पण तेवढ्यासाठी काही मी त्यांना निवडले नाही. या गोष्टीची महती मला नाही वाटत."

"का बरे?"

तिने हसून म्हटले, "अहो, ऐश्वर्य तर माझ्याही पित्याच्या घरी आहेच. माझ्या दाराशी गजान्तलक्ष्मी नित्य झुलत असते. इथले महाराज जिथे स्वत: माझ्या पित्याचे ऋणको आहेत, तिथे बाकीच्यांची काय कथा ?"

"पण निदान रूपाचे महत्त्व तुम्ही मान्य कराल?"

"नुसते रूप काय करायचे आहे?"

"बरे, शौर्य?"

"ते रणांगणात उपयोगी. इथे कशाला?"

"म्हणजे या गुणांचे महत्त्व तुम्हाला वाटतच नाही का?" मी कुतूहलाने विचारले.

"वाटते, पण फार थोडे. आपला प्रियकर तरुण सुंदर पुरुष असावा, ऐश्वर्यपूर्ण असावा, असे कुणाला वाटणार नाही? पण त्याहीपेक्षा तो खराखुरा चतुर पुरुष असावा, बुद्धिमान असावा, असे वाटते. बुद्धी हीच पुरुषाची शोभा. तुम्हाला नाही असे वाटत?"

मी प्रयत्नपूर्वक हसून म्हणालो,

"वाटते तर. वाटणार नाही असे कसे?"

मान खाली घालून मोहिनी म्हणाली, "त्यांच्यावर मी याचसाठी अनुरक्त आहे. खरोखर ते किती चतुर आहेत, नाही?"

ती आवंढा गिळला.

"होय. आहेत खरे."

"मी अगदी लहानपणापासून निश्चित केले होते –" मोहिनी मंद स्वरात बोलत राहिली. "– की माझा पती हा मला शोभण्यासारखा बुद्धिमान असला पाहिजे. अशाच पुरुषाशी मी विवाह करीन. मग तो फारसा रूपवान नसला तरी चालेल. फार काय, तो दरिद्री असला तरी चालेल. मला त्याची चिंता नाही."

माझे पाय एकदम लटपटले. एकदम शक्तिपात झाल्यासारखे वाटू लागले. चांदणे अंगाला झोंबू लागले आणि अंगाचा कसा दाह दाह होऊ लागला. काही सुचेना. पाय मोडल्यासारखा निश्चेष्ट होऊन मी जागीच उभा राहिलो.

मोहिनी आश्चर्याने पाहत राहिली. म्हणाली, "काय झाले हो?"

निष्फळपणाने हसून मी ओठावरून जीभ फिरवली.

"काही नाही. काटा टोचला."

"कुठे?"

"दुसरीकडे कुठे! पायालाच. भूमीवर पायच असतात. मस्तक नसते."

असे म्हणून मी उगीचच पाय वर उचलल्याप्रमाणे केले आणि त्याच्यावरची धूळ झटकून टाकली. हळूहळू तोंडाने फुंकर घातली. पाय परत भूमीवर टेकवला. "चला, फार उशीर झाला. महाराज केव्हाचे वाट पाहत उभे असतील."

न बोलता आम्ही पावले उचलली. मार्ग मागे पडू लागला आणि चांदणे अंगावरून ओसंडू लागले. मनात अनेक विचार येऊ लागले.

तिला काय वाटले कोण जाणे, पण तिने पुन्हा आपले मौन सोडले.

“माझा निश्चय तुम्हाला हास्यास्पद तर वाटला नाही ना?”

“का बरे वाटावा?”

“तसे नव्हे. तुम्हाला वाटेल की या श्रेष्ठींच्या विलासी कन्या, त्यांचे शब्द म्हणजे एक लहर केवळ. बोलतील तशा वागतील काय?”

“असे माझ्या स्वप्नातही आले नाही.”

“तुम्हाला फार चांगली स्वप्ने पडतात तर!”

असे म्हणून ती हसली. सप्त सुरांनी नृत्याच्या लयीत बाहेर प्रकटावे, तसे तिचे हसणे मला वाटत राहिले. ती सतत बोलत होती, हसत होती आणि स्वत:शीच केवळ दंग होती, हे मला दिसत होते. त्याचे कारण कधी कळत होते, कधी कळत नव्हते. कदाचित आनंदाच्या, हर्षाच्या भरात तिला आपले हृदय मुक्त करावे, असे वाटत असेल. तिच्या मनावर चांदण्याचा परिणाम होत असेल. कदाचित प्रियकराच्या मीलनाची अधीरता ओसंडत असेल. जीविताची सफलता समीप आल्याची कृतार्थता वाटत असेल. आणि म्हणून कदाचित ती इतक्या मुक्त स्वराने बोलत असेल काय?

“खरे सांगते. हे महाराज मला लाभतील, असे माझ्या ध्यानीमधीही नव्हते. ‘जेव्हा लक्ष्मीने विष्णूला वरले, तेव्हा सरस्वती रुसली आणि दरिद्री ब्राह्मणाच्या आश्रयाला गेली,’ असे सुभाषित आहे ना?... मला वाटत होते, की असाच एखादा दरिद्री पण पाणीदार डोळ्यांचा पुरुष केव्हा ना केव्हा माझ्या दारी येईल आणि तरीही दुर्वांकुराने शोभणारी मधूकमाला मी त्याच्या गळ्यात आवडीने घालीन. त्याच्या दारिद्र्याची चिंता न करता घालीन. पण... माझे भाग्य! तसे काही कारण उरले नाही.”

हे बोलणे ऐकताना माझे हृदय दुभंगून जात होते आणि विचारशक्तीच्या चिंधड्या उडत होत्या. मी उरात फुटत होतो. ओहोटीसारखे माझे सामर्थ्य कमी कमी होत होते आणि तरीही सागरासारखी निश्चलता मुखावर ठेवून मला चालावे लागत होते.

शेवटी सोसवेना, तेव्हा कपाळ हातांनी दाबून धरीत मी विव्हलपणे म्हणालो,

“पुरे-पुरे आता हे.”

मी तिच्याकडे पाहिले नाही, पण माझ्या अनुचित बोलण्याने तिला दु:ख झाले असावे आणि आश्चर्यही वाटले असावे.

मला केवळ तिचे शब्द ऐकू आले,

“का बरे? काय झाले?”

मी समोर पाहिले. महाराजांचा निवास आता काही हाताच्या अंतरावर उरला होता. खड्‌ग घेऊन रक्षक उभे होते. सावधान दृष्टीने फिरत होते, महाराजांच्या

महालातून उजळलेले दीप दिसू लागले होते आणि अंतर्गृहातून निघालेले दूत आमच्याच दिशेने येत होते. आता माझे काम संपले होते.

मोहिनीने पुन्हा चकित होऊन विचारले,

"का हो? असे झाले तरी काय तुम्हाला?"

वाटले की जिवाचा आकांत करून तिला सगळे सांगावे. त्या आवेगात दु:खाने बधिर झालेल्या माझ्या शरीराचा मोहरा मी तिच्याकडे वळविलाही. म्हणालो,

"मोहिनी –"

पण मी एवढाच शब्द उच्चारू शकलो. तेवढ्यात महाराजांनी पाठविलेले विशेष दूत जवळ आले आणि तिला वंदन करून म्हणाले,

"देवी, चलावे. महाराज वाट पाहत आहेत."

आणि मोहिनी गेली.

अभिसाराला आलेली ती चतुर तरुणी मोठ्या उत्कंठेने अंतर्गृहात गेली. माझ्या दृष्टीसमोर गेली – आणि एखाद्या तपस्व्यासारखी शुष्क मुद्रा धारण करून मी तेथेच उभा राहिलो. वज्रासारखे अंगावर पडणारे ते चांदणे मोठ्या धैर्याने सहन करीत एकटाच उभा राहिलो.

अर्ध घटिका लोटली आणि मग एक दूत गडबडीने बाहेर आला. मला त्याने हाक मारली,

"वक्रतुंडमहाराज –"

मी भानावर येऊन हसण्याचा प्रयत्न केला. जड स्वरात म्हणालो, "काय रे बाबा?"

"महाराजांनी तुमचे स्मरण केले आहे."

"हा निघालोच."

असे म्हणून मी मंद पावले टाकीत अंतर्गृहात आलो.

महाराज शय्येवर बसले होते. नाना प्रकारच्या सुगंधी द्रव्यांनी वातावरण भरून गेले होते. रत्नखचित दीप जळत होते, धूप जळत होते आणि दासीगण नाना प्रकारांनी उपचार करीत होता. घटिकेपूर्वी चांदण्यात भेटलेली मोहिनी – ती आता महाराजांच्या निकट होती. माझ्याकडून कैक योजने दूर गेलेली ती लावण्यवती आता महाराजांच्या शय्येवर लज्जित मुद्रेने बसली होती आणि महाराजांचा आवरणांनी नटलेला, अलंकृत बाहू तिच्या स्कंधावर होता.

मी आत शिरल्यावर महाराज हसतमुखाने म्हणाले,

"मित्रा, वक्रतुंडा, तू होतास तरी कुठे इतका वेळ? आम्ही तुझी सारखी वाट पाहत होतो."

मोठ्या प्रयासाने मी तोंड वाकडे केले. कष्टाने एकेक शब्द काढीत म्हणालो,

"काय सांगू महाराज? मोठा अनर्थ टळला. एक प्रचंड संकट वाटते माझ्यावर गुदरले होते.''

महाराज आश्चर्याने म्हणाले,

"असे? कसले संकट?''

मोहिनी माझ्याकडे आश्चर्याने पाहात राहिली. सगळा दासीवृंद विस्मयाने बघू लागला आणि महाराजही कुतूहलप्रेरित होऊन थांबले.

नीलकंठाचे धैर्य अंगी आणून हळूहळू शांत होत मी म्हटले,

"मोठीच गंमत झाली. आत्ता चांदण्यात उभा असताना भूमीवर पडलेली माझी छायाच एकाएकी नाहीशी झाली. मी घाबरून पाहिले, तो एका चोराने माझे लक्ष नाही असे पाहून, ती पळवली होती. तो पलायन करण्याच्या बेतात होता. पण मी त्याला गाठलेच. मग त्याच्याशी मल्लयुद्ध करून माझी छाया मी सोडवून आणली. का, आहे की नाही पराक्रम?''

हे ऐकल्यावर महाराज मोठमोठ्यांदा हसले. इतके हसले, की त्यांच्या समीप ठेवलेला एक रत्नजडीत दीप एकदम थरथरला. ती भुवनसुंदरी मान खाली घालून मर्यादेने हसली. सगळ्या दासी खो खो हसत राहिल्या. आणि ते वातावरण हास्याच्या खळखळाटाने इतके कोंदून गेले की, डोळ्यांच्या कोपऱ्यात साचलेले पाणी मी केव्हा पुसून टाकले, हे कोणाला कळलेही नाही.

□

माझी पहिली चोरी

आता मी अट्टल चोर झालो आहे. लोकांची घरे फोडणे, तिजोऱ्या उकलणे, दरोडा पाडणे, या गोष्टी मी विलक्षण सफाईने करतो. पण एके काळी मी चोर नव्हतो. बिलकुल नव्हतो. तुमच्यासारखाच एक प्रतिष्ठित आणि सभ्य गृहस्थ होतो. दुसऱ्याचे पैसे उसनवार घेणे आणि ते परत न करणे, दुसऱ्याचे मागून आणलेले पुस्तक गमावून टाकणे, घरात आलेल्या पाहुण्यांची शक्य तितक्या लवकर रवानगी करण्याची व्यवस्था करणे, जो समोर नसेल त्याची इतरांपाशी कुचाळकी करणे, ही सभ्य गृहस्थाची सर्व वैशिष्ट्ये माझ्यापाशी होती. थोडक्यात सांगायचे म्हणजे, मी एक अत्यंत अब्रूदार आणि सज्जन गृहस्थ होतो.

मग मी चोर कसा झालो?

तीच हकिकत मी आता सांगणार आहे.

त्या दिवशी रात्री जेवण करून आम्ही झोपून गेलो, तेव्हा सगळे ठीकठाक होते. पण दुसऱ्या दिवशी सकाळी जागा झालो, तेव्हा मात्र सगळे बिघडले होते. आमच्या माडीवरची भिंत कुणी तरी फोडली होती आणि वरच्या ट्रंका-पेट्या विसकटून टाकल्या होत्या. एकूण आपल्या घरी चोरी झाली आहे, ही गोष्ट माझ्या ध्यानी आली.

मग मी इतर चार शहाणी माणसे अशा वेळी करतात तीच गोष्ट केली. ट्रंका धुंडाळल्या, कपाटे शोधली, गाठोडी उचकटली आणि आपले गेले तरी काय, याचा हिशेब केला. शेवटी ध्यानात आले की, घरातले सगळे सोने-नाणे, चांदीची भांडी आणि ठेवणीचे कपडे बेपत्ता आहेत. म्हणजे आपल्याला सुमारे दोन हजारांचा तरी टोला बसलेला आहे. दिवसभर कष्ट करून जे काही मिळवले आणि साठवले, ते एका रात्रीत शिताफीने नाहीसे झाले. ते बघून मला भ्रमिष्टासारखे झाले आणि त्या भरात मी एक वेड्यासारखी गोष्ट केली.

तरातरा बाहेर जाऊन मी पोलिसात वर्दी दिली.

त्यामुळे दोनचार पोलीस, फौजदार इत्यादी मंडळी तास-दीड तासाच्या आत माझ्या घरी जमली.

फौजदाराचा देह वाजवीपेक्षा अधिक विस्तृत होता. त्यांचे डोके आखूड आणि लहान होते. मिशा आकडेबाज होत्या. आपल्या जाड बोटांच्या फटीत धरून त्यांना पीळ घालीत ते खुर्चीवर बसले. घडलेली सगळी हकिकत त्यांनी मला विचारली. जे काही घडले, ते मी त्यांना सांगितले. ते एका पोलिसाने टिपून घेतले. पंचनामा केला. भिंतीला पडलेल्या भोकाचे निरीक्षण केले. नंतर माझी लेखी तक्रार लिहून घेण्यात आली. त्या कागदावर मी सही केली. मग चौकशीचे काम सुरू झाले.

बैलाची शेपटी पिरगळावी, त्याप्रमाणे आपल्या मिशा पिरगाळीत फौजदारांनी विचारले,

''अशी कशी काय झाली चोरी?''

हे मला कळले असते, तर चोरी होण्याचा संभव फार थोडा होता. पण दुर्दैवाने चोरी झाली होती आणि ती कशी झाली, याचे मला बिलकुल ज्ञान नव्हते. मी फौजदारसाहेबांना तसे सांगितले, तेव्हा त्यांनी गंभीर चेहरा केला.

''हेच-हेच चुकतं तुम्हा लोकांचं.'' ते म्हणाले,

''पोलिसांना कशी खडान्खडा माहिती सांगितली पाहिजे.''

''अहो, पण ती सांगायची कशी?''

''कशी म्हणजे? घडाघडा बोलायचं. आपण झोपलो केव्हा, चोर आले केव्हा, त्यांनी भिंत पाडली केव्हा, ते परत गेले केव्हा, हे सगळं कसं व्यवस्थेशीर सांगता आलं पाहिजे.''

''अन् माहीत नसेल तर?''

''मग काय रडावं आम्ही? तपास कसा करायचा? अशानं प्रकरण फाईल होईल.''

हे त्यांचं म्हणणं खरेच होते. त्यांना जर चोरांच्या हालचालीची माहिती दिली नाही, तर त्यांनी तरी काय करावे? चोरी कशी शोधून काढावी? वास्तविक घरमालकांची आणि पोलिसांची ही अडचण चोरानेच ध्यानी घ्यायला हवी होती. त्याने आपण होऊन ही सर्व माहिती आधी म्हणा, मागाहून म्हणा, कळवली तर काय मोठे बिघडेल? पण नाही ना! त्यांना एवढी माणुसकी असल्यावर मग काय पाहिजे होते?....

असे काही तरी उद्वेगाचे विचार माझ्या मनात आले आणि मी गप्प बसलो. अपराध्यासारखा चेहरा केला.

मग फौजदारांनी थोडा वेळ विचारमग्न चेहरा केला आणि पुढे विचारले,

"बरं, तुमचा संशयबिंशय कुणावर?"

संशय घेण्यासारखे मला तरी कुणी आठवत नव्हते. म्हणून मी मान हलवली.

"नाही बुवा."

"असं कसं होईल?" फौजदार खेकसून म्हणाले, "तुम्हाला कुणाबद्दल तरी संशय वाटलाच पाहिजे."

"असं आहे काय?"

"अलबत!" ते ठासून म्हणाले, "त्याशिवाय आम्हाला तपासच करता येणार नाही."

"बरोबर!"

असे म्हणून मी विचार करू लागलो. आता कुणाचा संशय घ्यावा, म्हणून डोके खाजवू लागलो.

"तसं म्हणाल तर शेजाऱ्यांचा कुणाचा संशय नाही मला." मी म्हणालो.

"बरं पुढं?"

"गल्लीतल्या लोकांचाही नाही."

"हं."

"आता माझ्या बायकोला मात्र सवय आहे खिशातले पैसे परभारे घ्यायची."

"असं? ही माहिती महत्त्वाची आहे."

असे म्हणून फौजदारांनी ती माहिती आपल्या डायरीत टिपून घेतली. इकडची तिकडची थोडी चौकशी केली. अन् मग 'या संध्याकाळी ऑफिसमध्ये' असे सांगून ते बरोबरच्या पोलिसांना घेऊन डुलतडुलत निघून गेले.

या वेळेपर्यंत आमच्या घरी पोलीस आले आहेत, ही अद्भुत वार्ता आसपास पसरली होती. त्यामुळे बाहेर बरेच लोक जमा झाले होते आणि मी रिकामा होण्याचीच ते वाट पाहत होते. फौजदारसाहेब गेल्यावर हे लोक भराभर आत शिरले आणि माझ्याभोवती कोंडाळे करून उभे राहिले. त्यात नानासाहेब, अप्पासाहेब, भाऊसाहेब ही प्रतिष्ठितमंडळी जशी होती; तशाच रमाकाकू, गंगूआत्या, गोदूमावशी, सखूमावशी या सभ्य बायकाही होत्या.

"काय अण्णासाहेब, तुमच्याकडे चोरी झाली म्हणे?" नानासाहेबांनी विचारले.

मी मानेनेच 'होय' म्हणून सांगितले.

"म्हणजे काय झालं तरी काय?"

मी थोडक्यात त्यांना काय घडलं ते सांगितलं, तेव्हा भाऊसाहेब कळवळून म्हणाले,

"अरेरे! हे चुकलं तुमचं अण्णासाहेब. सामान वर आणि आपण खाली, हे काही खरं नाही. आपण जिथं झोपायचं, तिथंच सामान पाहिजे सगळं."

भाऊसाहेबांचे म्हणणे खरे होते आणि ते मला तंतोतंत मान्य होते. परंतु त्याचा आता काही उपयोग नव्हता. पण ही गोष्ट जेव्हा मी भाऊसाहेबांना समजावून सांगण्याचा प्रयत्न केला, तेव्हा ते फार चवताळले आणि तावातावाने आपले म्हणणे कसे बरोबर आहे, ते मला समजावून सांगू लागलो. त्याबरोबर अप्पासाहेब चिडले आणि सामान उशाशी ठेवूनही चोरी सफाईने कशी होऊ शकते, याची माहीत असलेली असंख्य उदाहरणे सांगायला त्यांनी सुरुवात केली. त्यामुळे घटकाभर कुणाचेच कुणाला समजेनासे झाले. मी अगदी गांगरून गेलो आणि दोघांचेही म्हणणे खरे आहे, असे नम्रपणे कबूल केले, तेव्हा कुठे ही रणधुमाळी थांबली.

"बरं, गेलं तरी काय काय?'' रमाकाकूंनी विचारले.

मी आठवून आठवून सांगू लागलो,

"चांदीची भांडी गेली सगळी. ठेवणीचे कपडे गेले.''

"हं.''

"जिनसाही गेल्या.''

"काय काय होत्या जिनसा?'' सखूमावशींचे कुतूहल जागृत झाले.

"बिलवर चार तोळ्यांचे.''

"हं.''

"पाटल्या जाळीच्या चार तोळ्यांच्या.''

"बरं.''

"चपलाहार पाच तोळ्यांचा.''

हे ऐकल्यावर गंगूआत्या मध्येच तोंड घालून म्हणाल्या, "म्हणजे तुमच्या मंडळींच्या अंगावर असतो तोच की नाही?''

"होय तोच. का बरं?''

"मग तो चपलाहार कुठला?''

"मग?''

"शकुंतलाहार म्हणतात त्याला.''

"असेल असेल, तोच असेल.'' मी म्हणालो.

"आणि पाच तोळ्यांचा कुठला आलाय? चार तोळ्यांचा असेल फार तर. मी पाहिला होता ना.''

"असेल, चार तोळ्यांचाही असेल. माझ्या काही लक्षात नाही एवढं.'' वाद थांबवण्याच्या हेतूने मी घाईघाईने म्हणालो, "बरं, त्या भिंतीचं भोक पाहायचंय ना? चला मग लौकर माडीवर.''

माडीवर नेऊन चोरांनी भिंतीला पाडलेले छिद्र दाखवण्यात अर्धा तास गेला. कारण आलेल्या लोकांनी सर्व दृष्टींनी त्याची पाहणी केली, चर्चा केली, वाटाघाटी

केल्या. एकदोघांनी तर त्या भोकातून बाहेर जाता येते किंवा नाही, याचा प्रयोग करून पाहणी केली आणि शेवटी चोराला यातून जाता येते, असा निर्णय दिला. काहींनी त्याची लांबीरुंदी मोजली आणि एवढे मोठे छिद्र पाडायला निदान दीड तास तरी लागला असला पाहिजे, असे आपसात ठरविले. या सबंध दीड तासात आम्ही एकदाही जागे झालो नाही यावरून, एक तर आम्ही कुंभकर्णाचे अवतार असलो पाहिजे किंवा बहिरे तरी असलो पाहिजे, असे बहुमोल विचारही त्यांनी व्यक्त केले.

हे सगळे लोक घराबाहेर पडेपर्यंत मला माझ्या स्वत:संबंधी पुष्कळच नवीन ज्ञान प्राप्त झाले होते. त्यांच्या बोलण्याचा थोडक्यात सारांश असा होता की, सामान वर आणि झोपणे खाली हा प्रकार मी करायला नको होता. बरे, केला तर रात्री-अपरात्री माडीवर चक्कर मारून यायला हवी होती. निदान चोरीच्या रात्री तरी एकदा जागे व्हायलाच पाहिजे होते. यापैकी एकही गोष्ट माझ्या हातून घडली नव्हती, तेव्हा मी पुरेपूर बावळट आणि नालायक गृहस्थ होतो. आणि मग माझी चोरी होणे, ही गोष्ट केव्हाही बरोबर अशीच होती.

इतके ज्ञानामृत मला पाजल्यानंतर ही सर्व मंडळी हळूहळू पांगली आणि घरात सामसूम झाल्यासारखे वाटले. आता दुपारचे बारा वाजायला आले होते. पोटात भूक ओरडत होती. म्हणून मी कावळ्यासारखी अंघोळ केली आणि वचावचा चार घास खाल्ले. मग थोडा वेळ पडावे म्हणून डोळे मिटतो तोच हाक ऐकू आली,

"अण्णासाहेब!"

अण्णासाहेब झक मारीत जागे झाले.

"कोण आहे?"

"मी – आपला शामराव."

"कोण बुवा शामराव?"

असे म्हणून मी पांघरुणातून डोके वर काढून बघितले. बाहेर एक शिडशिडीत अंगाचा, चपट्या नाकाचा माणूस दिसला. मी उठलो, हे बघून तो दात विचकून मला म्हणाला,

"मी पलीकडच्या गल्लीतच राहतो."

"बरं मग?"

"नाही, तुमची चोरी झाल्याचं कळलं मला. म्हणून चौकशी करायला आलो होतो आपला सहज."

"होय. झाली माझी चोरी! मग? तुमची काही तक्रार आहे काय?" मी रागारागाने म्हणालो.

"नाही, तक्रार कसली म्हणा! पण अशी कशी काय झाली चोरी?"

"झाली अशीच. शंभर चोर आले होते. त्यांनी तोफ लावून भिंतीला भगदाड

पाडलं आणि चोरी केली. झालं ना तुमचं काम? चला, चालू लागा बरं.''

''हो. झालंच म्हणायचं –''

असे म्हणून तो माणूस पळत पळत माडीवर गेला आणि खाली आला.

''काही नाही, भिंत बघून आलो –'' असे म्हणाला आणि दरवाज्याबाहेर पडून दिसेनासा झाला. 'हुश्श' करीत मी डोळे मिटले. तेवढ्यात पुन्हा हाक ऐकू आली.

''अण्णा, अरे अण्णा!''

हा आवाज तर माझे परमस्नेही बाळासाहेब यांचा होता.

''ओ, आलो!''

असे म्हणून मी ताडकन् उठलो आणि त्यांच्यासमोर जाऊन उभा राहिलो.

''चोरी कशी झाली हेच विचारायला आलात ना तुम्ही?''

''चोरी? नाही बुवा! मी आपला सहज आलो होतो. मला नाही बुवा चोरी झाल्याचं माहीत. म्हणजे ही चोरी केव्हा झाली बुवा?'' बाळासाहेब लांब जीभ काढून आश्चर्याने म्हणाले.

''झाली काल रात्री.''

''असं? अन् ती कशी काय झाली?''

आता काही माझी सुटकाच नव्हती. मग काल रात्री घडलेला सगळा रोमहर्षक प्रसंग मी बाळासाहेबांना समजावून सांगितला आणि ती ऐतिहासिक भिंतही त्यांना दाखवली. चहा दिला. पान-तंबाखू दिली. आणि त्यांना वाटेला लावले. तोच माझ्या ध्यानात आले की, आपल्या घरासमोर तुफान गर्दी जमलेली आहे. ''हा काय प्रकार आहे?'' म्हणून मी चौकशी केली, तेव्हा मला समजले की माझ्या घरी झालेल्या प्रकाराची चौकशी करण्यासाठी ही मंडळी जमा झालेली आहेत.

हे बघितल्यावर मात्र माझे धाबे दणाणले. या लोकांना नीट उत्तरे दिल्याखेरीज आता गत नाही, हे माझ्या ध्यानात आले. आणि आता काय करावे, म्हणून मी दाढी खाजवू लागलो. दुपारपर्यंत माझ्या घरी घडलेल्या चोरीची वार्ता सगळ्या गावात झाली होती आणि माणसांचे लोटच्या लोट माझ्या घराकडे वाहात येत होते. लोकांची सारखी रीघच लागल्यामुळे गर्दीचा बंदोबस्त करण्यासाठी मी पोलिसांना बोलावणे धाडले. ते येईपर्यंत घराभोवती जत्रेचे स्वरूप प्राप्त झाले होते. बंदोबस्ताला आलेल्या पोलिसांनी आपली कामगिरी बजावली. आलेल्या माणसांची त्यांनी बायका आणि पुरुष अशी वाटणी केली आणि त्यांच्या दोन रांगा लावल्या. पुरुषांच्या रांगेला मी आणि बायकांच्या रांगेला माझी बायको या क्रमाने आम्ही भेटू लागलो. सगळी हकिकत सांगू लागलो. माडीवर भिंतीपाशी माझ्या मुलाला मुद्दाम उभे केले होते. चोराची हकिकत सांगून संपली, की माणसे तशीच रांगेने माडीवर न्यायची, त्यांना भिंत दाखवायची, तिच्या छिद्रातून त्यांना आरपार फिरवून आणायचे आणि मग पुन्हा रस्त्यावर नीट सोडायचे, अशी सूसत्रबद्ध योजना आखली. सगळा कार्यक्रम आटोपून

काही माणसे माझ्या बैठकीत येऊन बसू लागल्यामुळे त्यांच्या चहाफराळाची व्यवस्था करणे मला भागच पडले. करणारी अशी घरात एकटी बायकोच. तिला एकटीला सगळे संभाळणे जमेना, म्हणून मला निराळा आचारीच त्यासाठी नेमावा लागला.

रात्री बारा वाजेपर्यंत जागत बसूनदेखील रस्त्यावरची गर्दी हटेनाशी झाल्यामुळे मी सगळ्यांना दुसऱ्या दिवशी सकाळी यायला सांगितले आणि दार लावून घेतले. बंदोबस्ताला आलेल्या पोलिसांना दुसऱ्या दिवशी सकाळी लगेच रांग लावायच्या कामाला लागायचे होते. त्यामुळे रात्रीपुरते परत जाणे त्यांना प्रशस्त वाटेना. म्हणून ते दोघेही माझ्याच घरी जेवले आणि झोपी गेले. रात्री ज्यांचा नंबर हुकला होता, ते लोक घरी गेलेच नाहीत. सकाळी तरी आपला नंबर लौकर लागावा, म्हणून ते रस्त्यावरच ओळीने पथाऱ्या टाकून झोपले. त्यामुळे पहाटे उठून ताबडतोब मला त्यांच्या प्रातर्विधीची, तोंड धुण्याची आणि चहापाण्याची सोय करावी लागली.

मग पुढे दोन दिवस अखंडपणे हा कार्यक्रम चालू राहिला.

तिसऱ्या दिवशी बोलून बोलून माझे तोंड दुखू लागले. पुढे पुढे तर मला बोलताही येईना. घसा बसला, तेव्हा मी कागद घेऊन त्याच्यावर चोरीचा अथपासून इतिपर्यंत सर्व मजकूर लिहिला, संभाव्य शंकांची उत्तरे लिहिली आणि तो पुठ्ठ्यावर चिकटवून खिळ्याला लावून ठेवला. तो येईल त्याला वाचायला देऊ लागलो. खुणेनेच मान हलवून 'माडीवर जा' म्हणून सांगू लागलो.

दरम्यान मी एकदा फौजदार साहेबांकडे जाऊन आलो.

फौजदारसाहेब नेहमीप्रमाणे आपल्या लाडक्या मिशांना गोंजारीत खुर्चीवर बसलेले होते. त्यांच्या मिशा इतक्या झुपकेदार आणि सुबक होत्या की, कुणालाही भीती वाटावी. त्या मिशा कुठल्याही घरात अडकवून ठेवल्या, तर त्या घरात तरी चोरी व्हायची नाही, असा एक चाणाक्ष विचार माझ्या मनात आला.

मी आलेला पाहून ते म्हणाले,

"हं – काय? काही तपास लागला का पुढे?"

या प्रश्नाचे उत्तर देणे मला बरेच कठीण गेले. कारण तो प्रश्न वास्तविक मी त्यांना विचारायचा अशी माझी कल्पना होती. परंतु त्यांनीच तो मला विचारल्यावर बोलण्यासारखे काहीच राहिले नाही. मी मुकाट्याने मान हलवली.

ते बघून ते विचारात पडले. म्हणाले,

"असं कसं सांगता? काहीच तपास लागला नाही म्हणता? मग आम्ही करावं काय?"

हे त्यांचे म्हणणे खरे होते. तक्रार करणाऱ्या माणसाने स्वत:च तपास करणे आवश्यक होते. तेथे पोलिसांचे काय काम? गुन्हेगाराला शिक्षा करणे एवढे फार

तर ते करतील. उठल्यासुटल्या प्रत्येकाच्या कामात पोलीस लक्ष घालू लागले म्हणजे आटोपलेच! म्हणजे हा त्यांना रोजचा उद्योगच होऊन बसेल. सरकारी माणसांनी असे निष्कारण भुंगे पाठीमागे लावून घ्यायचे, म्हणजे त्यांचे काम कसे चालावे?....

या विचाराने मी म्हणालो,

"साहेब, माझं चुकलंच ते. मी स्वतःच तपास करायला पाहिजे खरं म्हणजे –"

"आता कसं बोललात?"

"मला उगीचच वाटलं –"

"काय?"

"तुम्हीच तपास करणार आहात म्हणून."

"छट्, भलतंच!"

"आता मी स्वतः या उद्योगाला लागतो."

"शाबास! याला म्हणतात हिंमत!"

"तपास लागलाच तर तुमच्याकडे येतो."

"लावाच. चोराला भडव्याला पकडून आणा इथे ठाण्यावर. म्हणजे मग पुढचं मी बघतो."

"बरं आहे."

असे म्हणून मी त्यांना नमस्कार केला आणि घरी आलो. बघतो तो घरासमोरची गर्दी कमी तर झाली नव्हतीच; उलट वाढली होती.

"हे काय? हा काय प्रकार आहे?" मी बायकोला विचारले.

"कसला प्रकार?"

"पुन्हा ही तोबा गर्दी कुठली?"

"चोरीला आता दोन-तीन दिवस झाले ना?" बायकोने सांगितले. "शिवाय आताच तुम्ही फौजदाराकडे जाऊन आला ना?"

"मग?"

"पुढं काय झालं हे विचारायला पुन्हा पहिले लोक यायला लागले आहेत."

"त्यांची निराळी रांग करा," मी सांगितले, "आणि 'तपास चालू आहे, अजून विशेष काही हाती आलेले नाही –' अशी पाटी भिंतीला लावा. घराबाहेरही 'हौसफुल्ल'चा बोर्ड लटकावून टाका."

असे म्हणून मी आतल्या खोलीत गेलो. मी बाहेर नसलो, तरी लोकांचे मुळीच अडत नव्हते. त्यांचे काम व्यवस्थित सुरू होते. ते शिस्तीने आत येत होते, पाटीवरचा मजकूर वाचीत होते आणि माडीवर जाऊन परत येत होते. माझे बोलणे ऐकून पोलिसांच्या जिभाही तयार झाल्या होत्या. त्यामुळे लोकांच्या शंकांचे निरसन

करण्याचे काम तेही मोठ्या आस्थेवाईकपणे करीत होते.

मी आत जाऊन टपाल फोडले. वर्तमानपत्र वाचले. वर्तमानपत्रात आमच्या घरच्या चोरीची बातमी होतीच. टपालात बहुतेक नातेवाइकांची पत्रे होती. सगळ्या पत्रांतून 'तुमच्या घरी चोरी झाल्याचे वर्तमानपत्रांतून वाचले' अशी सुरुवात होती आणि 'समक्ष येत आहोत, काळजी करू नये' असा मजकूर होता. पत्राव्यतिरिक्त चारदोन ताराही होत्या. 'समक्ष येत आहोत, तोपर्यंत भिंतीचे भोक बुजवू नये' अशी सगळ्या तारांमधून आगाऊच सूचना दिलेली होती.

आश्वासन दिल्याप्रमाणे दुसऱ्या दिवशी सकाळपर्यंत सगळे नातेवाईक सहकुटुंब येऊन दाखल झाले. चुलतभाऊ, चुलतचुलतभाऊ, मावसभाऊ, आतेभाऊ, मामेभाऊ, मावस-आतेभाऊ, आते-मावसभाऊ, आईवडील, सासूसासरे, मेव्हणे, मेव्हण्या, साडू, इत्यादी सारे जवळचे नातेवाईक तर आलेच; पण आणखी त्यांचेही नातेवाईक माझ्या समाचारासाठी आले. त्यामुळे माझ्या घराला एखाद्या लग्नघराचे स्वरूप आले.

मी भेटल्यावर प्रत्येकाने काळजीच्या स्वरात विचारले, "काही विशेष गेलं नाही ना?"

"काही विशेष नाही." मी शांतपणे सांगितले, "फक्त सोनंनाणं, चांदीची भांडी आणि ठेवणीतले कपडे."

"मग हरकत नाही. पण मारहाण फार झाली नाही ना?"

"फारशी नाही."

"तरी पण किती?"

"शंभर-दीडशे चोर आले होते. प्रत्येकाने माझा गालगुच्चा घेतला आणि माझ्या बायकोच्या डोक्यावर एकेक टप्पल मारली. बस्सं इतकंच! जास्त नाही."

एवढा प्रेमळ परिसंवाद झाल्यावर पाहुणेमंडळी हिंडायला बाहेर पडली आणि मी त्यांच्या जेवणाची व्यवस्था करण्यात गुंतलो. नाही म्हटले तरी पन्नास-पाऊणशे मंडळी आलेली होती. त्यामुळे घरात गर्दी वाटतच होती. अनायासे खर्च होतोच आहे, तर या गडबडीत पोराची मुंज उरकून घ्यावी, असा एक धूर्तपणाचा विचार माझ्या मनात आला. पण मी तो बोलून दाखवल्यावर सगळ्यांनी त्याला मोडता घातला. हा दु:खाचा प्रसंग आहे, आम्ही तुमचे सांत्वन करण्यासाठी आलो आहोत, अशा वेळी मुंजीसारखी मंगल गोष्ट नको, असे म्हणून सर्वांनी तो विचार हाणून पाडला.

पण माझे सांत्वन करण्यासाठी आलेली ही मंडळी आठ दिवस झाले तरी हलेनात, हे पाहून मला खरोखरच सांत्वनाची गरज वाटू लागली. माझ्या डोळ्यांचे पाणी खळेना. आठ दिवसांतच मला चारपाचशे रुपये खर्च आला. ही मंडळी आणखी आठ दिवस राहतील, तर खर्चाचा आकडा चोरीच्या आकड्यापेक्षा डौलदार दिसू लागेल, अशी धास्ती मला वाटू लागली. उसनवार करण्यासाठी घराबाहेर पडल्याबरोबर लोक मला गराडा घालतील आणि 'पुढे काय झाले' हा प्रश्न अत्यंत

आपुलकीने विचारू लागतील, याचीही मला खात्री होती. आणि मग चार-दोन तास तरी सुटका नव्हती. अजून आमच्या घरासमोरची गर्दीही फारशी हटलेली नव्हती. लोक येत-जात होतेच. आणि माडीवर येण्याजाण्याने माडीचा जिना पडायच्या बेतात आला होता. अशा स्थितीत काय करावे, या विचाराने मला रात्रंदिवस घेरले. चोवीस तास मी विचार करू लागलो, काळजीने सुकू लागलो. आपले उद्ध्वस्त झालेले, शांत, खाजगी जीवन पुन्हा आपल्याला केव्हा मिळेल, याची चिंता करू लागलो.

दिवसामागून दिवस चालले; पण मला काही उपाय सुचेना.

अखेर एके दिवशी एक धाडसी विचार माझ्या डोक्यात आला. या कटकटीतून सुटण्याचा तोच एक मार्ग मला दिसू लागला.

खूप विचार केला. आणि तो मार्ग मला दिसू लागला.

एका अपरात्री मी हळूच उठलो. हातात कुदळ घेतली. शेजाऱ्याच्या भिंतीला प्रचंड भगदाड पाडले.

– आणि मग मी त्या घरात बेरडपणाने घुसून चोरी केली.

मग मात्र आमच्याकडचे पाहुणे हलले. आमच्या दाराशी लागलेली लोकांची रांग शेजारच्या घरी लागली. माझे घर पूर्ववत शांत झाले. निर्मळ झाले.

ही माझ्या आयुष्यातली पहिली चोरी!

□

रानमाणूस

फटफटायचा सुमार होतो. गाडी अडखळत, अडखळत, थबकत स्टेशनात शिरते. एखाद्या तोतऱ्या मुलाच्या बोलण्यासारखी. गाडी थांबल्यासारखी झाली, की माणसे चढण्याउतरण्याची घाई करतात. त्यातच चहा-बिडीचे व्यसनी आवाज मध्येच घुमू लागतात... निरोप देणारांची आणि घेणारांची खिडकीजवळची लगबग, प्रवेशद्वारापाशी होणारी दाटी, टांगेवाल्यांनी हातातला चाबूक उंच करून गिऱ्हाइकांसाठी काढलेला धोसरा, या गोष्टी हलके हलके दिसू लागतात. कुठे एखादा पोर्टर रूळ ओलांडीत विरुद्ध बाजूला निघालेला असतो. काम करीत असल्याच्या आविर्भावात एखादा तिकीट तपासणारा या टोकापासून त्या टोकापर्यंत शतपावली करीत असतो. गावातली रिकामटेकडी पोरे मोकळ्या बाकावर बसून चौकसपणाने चांगले चेहरे न्याहळीत असतात.

या सगळ्या धांदलीतच दहा-पंधरा माणसांचा घोळका फलाटावर उभा राहून नवख्या प्रवाशांची चेहरेपट्टी बघताना दिसेल. मळकट धोतर, घामट सद्रे, ह्याच रंगाला शोधणारा खांद्यावरचा पंचा, सद्र्याला एखाद-दुसरीच कथलाची गुंडी, त्यातून दिसणारा तिरप्या जानव्याचा काळामिचकूट दोरा, डोक्याला टोपी आहे-नाही. बावळटपणा ओळखू येईल अशा रीतीने लावलेले गंध, वखवखलेली नजर आणि आशाळभूत हातवारे – सगळी मंडळी या नमुन्याची.

आमचा गाव क्षेत्राचा आहे. गाव लहान आहे, म्हणून स्टेशनही लहान आहे. तेव्हा ही 'जगे' मंडळी कोणाच्याही लक्षात येण्यासारखी आहेत. हे सगळे लोक क्षेत्रोपाध्ये, यजमानकृत्य करणारे आहेत. स्टेशनवर वाटसर पाहायला येण्याचा त्यांचा दर दिवशीचा ठराव आहे. नवे वाटसर सापडलेच, तर हिसकाहिसकी करून त्याला आपल्या काखेत घेणे, घरी नेऊन जेवू घालणे, देवदर्शन घडविणे आणि त्याचा पैशांत मोबदला घेणे, हे काम त्यांनी वर्षानुवर्षे वहिवाटले आहे. नुसते जगणे

हीच त्यांची सर्वांत मोठी महत्त्वाकांक्षा!

बापूदेव त्यातलाच एक आहे.

बापूदेवाला मी अगदी लहानपणापासून पाहतो आहे. पण त्याच्या वागणुकीत वा बोलण्यात कधी फरक पडलेला मला दिसला नाही. सदऱ्याला लावलेली एकुलती एक गुंडीदेखील त्याने कधी बदलली नसावी. कुणी रडले, तरी त्याचा घसा कळवळ्याने दाटून आला नाही किंवा कुणी हसवले, तरी चेहऱ्याचा कातीव चिरा कधी भंगला नाही. तोंडावरचे स्नायू इकडेतिकडे कधी फिरलेच नसावेत. तोंडात पानतंबाखूची बरबट वस्ती कायम. उरलेसुरले फारोळे दात त्या रंगात रंगलेले. एखादे तांबडे दातवण लांबल्यासारखे. कुणाच्या तरी दहा दिवसांत असल्यासारखी दाढी कायम वाढलेली. तोंडातनं शब्द फारसे यायचे नाहीत. जे थोडके येतात, ते शब्द नसून शब्दांचा चोथा आहे, असे वाटण्याइतके ते बोलणे कळकट आणि बेचव....

मी गाडीतनं खाली उतरलो. वळकटी, ट्रंक काढून घेतली. नळावर जाऊन तोंड धुतले आणि केस साफसूफ केले. तेवढ्यात बापूदेव समोर दिसला. एखाद्या कोल्ह्यासारखा तो बघत होता आणि आपल्या काळ्याभंगार अंगलटीचे वेडेवाकडे हातवारे करीत होता. मी खाली घातलेली मुंडी वर करीत आणि तोंडातली चूळ खाली सोडीत त्याच्याकडे बघू लागलो. त्याची माझी दृष्टी मिळाली, तसा मी हसलो.

चुळकाभर पिंक टाकून तो म्हणाला,

“काय, पुणं आलं वाटतं?”

“होय.” मी पुन्हा हसलो. दुसरे काहीच जमण्यासारखे नव्हते.

“आता किती दिवस मुक्काम?”

“आहे दोन-तीन महिने. परीक्षा संपली. आता उन्हाळ्याची सुट्टी लागली आहे.”

मग मी ट्रंक, वळकटी उचलून म्हणालो,

“काय येणार का बरोबर? वाटसर तर गेलं मघाच.”

“आज नाही मिळालं. आणि तू बाबा टांग्यानं जाणार. तुमचं आमचं नाही जमायचं. तू जा कसा पुढं.”

“बरं.” असे म्हणून मी पुढे चालू लागलो. दहापाच पावले पुढे टाकली आणि कसली तरी आठवण झाली. मी मागे तोंड वळवले आणि मोठ्यांदा म्हणालो, “दुपारी येतो घरी. कुशा आहे ना इथं?”

बापूदेवाच्या डोईला लहान मुलाच्या मापाची, काळी, वयातीत टोपी होती. तीही मिचकूट. तेल्याने हौसेने विकत घेतली असती अशी. पाठीमागे आलेली गाठीची शेंडी त्या टोपीत कोंबण्याचा प्रयत्न करीत तो म्हणाला, “आहे ना. आजारी आहे क्षयानं.”

“क्षयानं?” मी एकदम घाबरून विचारले.

"क्षयानंच. डॉक्टरांनी सांगितलं मागं. आता तिसऱ्या ह्याच्यात आहे – म्हणाले."

"मग काही औषधपाणी?"

"कशाचं औषध आणि कशाचं पाणी? क्षयाच्या माणसाला त्याचा काही उपयोग आहे का? तूच सांग. जीवघेणं दुखणं. झिजायचं झिजायचं आणि एक दिवस खपायचं. मग उगीच खर्चाला कहार कशाला?"

काही बदल नव्हता!

बापूदेवाच्या वागण्यात नव्हता, बोलण्यात नव्हता. सगळे पहिल्याइतकेच रुक्ष, भयानक आणि निष्ठूर होते. वयाची पन्नाशी उलटली. आयुष्याची संध्याकाळ होत आली होती. पण वर्षानुवर्षे तेच कायम राहिले होते. घरी गडगंज पैसा होता. पण त्याला फक्त त्याची जपणूक माहीत होती. एकुलता एक मुलगा क्षयाने मरायला टेकला होता. पण तो त्यात गुंतला नव्हता!

"बरं, येतो मी दुपारी." असे म्हणून मी निघालो आणि पाय ओढीत पुढे गेलो. जास्त बोलण्यासारखे त्याने काही ठेवलेच नव्हते!

घरी जाऊन जेवणेखाणे उरकीपर्यंत सकाळ भरत आली. चारदोन नातेवाइकांच्याकडे जाऊन आलो. दोनचार निरोप पोहोचते केले. रस्त्यावर भेटलेल्यांशी शिळोप्याने बोललो, एवढ्यात उन्हे पायाखाली गेली. एखाद्या निखाऱ्यासारखी दुपार चढू लागली. रस्त्यावरची गर्दी एकशेवडी झाली. अनवाणी पाय सावलीने चालू लागले. डोळ्यांसमोर आडवा हात धरीत आणि ऊन चुकवीत मी कुशाच्या घरी गेलो.

कुशाचे घर ज्या बोळात होते, त्या ठिकाणी अंधार जास्ती, का खुद्द घरात जास्ती, हे झटक्यात सांगता आले नसते. त्यातून पुन्हा बाळंतिणीच्या अंधाऱ्या खोलीत एका रकट्यावर तो अंग मुसकटून पडला होता. त्या खोलीत दिवसाही दिवा लागे. धुराने काळ्या झालेल्या दिवळीत एक चिमणी तग धरून होती. तसल्या उजेडात त्याच्या हातापायावर आलेली पिवळी अवकळा फार वाईट दिसली. कुशा डोळे मिटून पडला होता. मुळातच तो भरलेला नव्हता. आता तर निव्वळ चिपाड राहिले होते. दोन्ही गाल एकमेकाला घासून जातील इतके आत गेलेले. नाकाचे टेकाड त्यामुळे जास्त उंचावलेले. ओढ्याकाठाने वेडेवाकडे गवत माजावे तशी दाढी.

कुशाचा तो अवतार बघून मी ओळखायचे ते ओळखले. त्याचे आता भरत आले होते. आता तो केवळ तिष्ठत राहिल होता, खोळंबला होता.

पायगती असलेल्या मळकट पासोडीपाशी बसून मी हळूच हाक मारली, "कुशा! मी आलो आहे."

कुशाने सावकाश पापण्या वर घेतल्या. त्याचे ते डोळे बघून मला खोल गलीत गेलेल्या गोटीची आठवण झाली. भीती वाटली. लहानपणी आम्ही दोघे अमाप गोट्या खेळलो होतो. त्यासाठी शाळा चुकवली होती, घरचा मार खाल्ला होता. पण

त्या आठवणीने नेहमी होणारे सुख आज वाटले नाही. उलट भीतीने अंगावर काटा आला. त्याने माझ्याकडे दृष्टी वळविली आणि मरत्या माणसाला शोभेल, असे मोठ्या कष्टाने हसला. माझ्याकडे रोखलेली नजर तशीच टिकवून धरण्याची त्याची क्षीण धडपड चालली होती. मग तो अगदी हळू आवाजात म्हणाला,

"केव्हा आलास?"

"सकाळीच."

"बरं आहे?"

"होय."

"सुट्टी लागली?"

"हं."

बराच वेळ मग कुणीच काही बोलले नाही. कुशापाशी बोलण्यासारखे फारसे नव्हतेच. पूर्वीही नव्हते आणि आताही नव्हते. काही काही मित्र असे असतात. ते आहेत तिथेच असतात. आपण त्यांच्या आवाक्याबाहेर गेलेलो असतो. मग नव्या मैत्रीचे कलम जुळत नाही. फक्त बालपणाच्या स्मृतींचा चिवट धागा तेवढा तरंगत असतो. तेवढ्यापुरते बोलणे होत राहते. आमचेही असेच झाले होते. लहानपणच्या मैत्रीखेरीज आता दुसरा कुठलाही ऋणानुबंध राहिला नव्हता. आणि त्याचा स्वभावही किंचित चमत्कारिक होता. तो मनमोकळेपणाने फारसा कुणाशी बोलला नाही. खदखदून कधी हसला नाही. हातातून कधी एक शिवराईही खर्ची पडली नाही. अगदी बापाच्या तोंडातून पडला होता जसा... पण कधीकधी त्याचा चेहरा फार केविलवाणा, बापडा दिसे. कशाखाली तरी तो गुदमरत आहे असे वाटे नी त्याची कीव येई... आणि आता तर तो शेवटच्या गतीला निघाला होता....

मला फार वाईट वाटले. मी म्हणालो,

"इतका कशानं आजारी पडलास रे?"

पायगतीची पासोडी पायाच्या बोटांनी वर ओढण्याची त्याने खटपट केली. म्हणाला,

"तुला अजून माहीत नाही? मला क्षय झालाय!"

हे ऐकून काय बोलावे ते सुचेना. चुळबुळ करीत मी स्वस्थ राहिलो. खोलीच्या बाहेर भिंतीला एक हात टेकून बापूदेव आमचे बोलणे ऐकत होता. त्याच्या हातात सुरती रुपयाची चवड होती. ती मोजीत तो आत आला. या हातावरचे त्या हातावर एकदोनदा पैसे खेळवून मग त्याने ते कमरेजवळ धोतरात गुंडाळले. म्हणाला,

"सांगितलं नाही का सकाळीच – आता तिसऱ्या ह्याच्यात आहे म्हणून."

"मग?"

"मग काय? उपयोगाच्या पलीकडे गेलं काम न्!"

मी घाबरून कुशाच्या चेहरेपट्टीकडे पाहिले. पण त्याच्या तोंडावरची सुरकुतीही

ढळली नाही. जणू काही त्यात काही विशेष आहे, असे त्यालाही वाटत नव्हते. असले ऐकून ऐकून त्यातली भयानकता जणू नष्ट झाली होती. मी थक्क होऊन उठलो. काही बोललो नाही. मला म्हणायचे होते – पण काय म्हणायचे होते, तेही त्या अवस्थेत सुचेना. ''बरं, येतो मी!'' असे म्हणून मी खोलीबाहेर आलो. पायात चपला अडकवल्या आणि दाराबाहेर पडलो.

रस्त्यावरच सगळी मित्रमंडळी भेटली.

''अरे, हा बघ इथं आहे!''

असे ओरडत सगळे जण माझ्याभोवती जमले.

''काय, कुशाकडे गेला होता वाटतं?'' सखाराम म्हणाला.

मी मान हलविल्याबरोबर सगळे जण खदाखदा हसू लागले. त्यांच्या त्या हसण्यात थोडा उपहास होता. माझ्या अज्ञानाची कीव होती. थोडासा कडवटपणाही होता. मला समजेना.

''लेका, कशाला समाचार घेतोस तू? त्या भानगडी करून दमलो आम्ही. दोन महिने झाले, असा मरायला झालाय.'' सखाराम पुढे म्हणाला, ''आत्ता जातो की मग जातो अशी अवस्था. आम्हीच आपले जातो, एखाद-दुसरं चाटण देतो. आपलं दोस्त म्हणून. पण बापाच्या ते गावीही नाही. कधी औषध दिलं नाही. कधी उशाला बसला नाही. कुशा जगलं काय मेलं काय, त्याच्या लेखी सारखं आहे बघ.''

''त्यानं काही केलं नाही?''

''केलं तर. एकदा आम्ही त्याला शेकायला सांगितलं. वाटलं, एवढं तरी नीट करील. पण बापानं लेकराला कसं शेकलं असेल? तूच सांग. भली दांडगी विटकर आणली. फडकं गुंडाळून तव्यावर ठेवली आणि असा बेफाम शेकला, की पोराच्या सगळ्या अंगाला सुपारीएवढे फोड आले. आता बोल!''

''मग आता तुम्ही त्याच्याकडं जात नाही?''

''कशाला जायचं? तोही मरू दे आणि त्याचा बापही मरू दे. आपण तरी याच्यापेक्षा जास्त काय करणार? – बरं, चल जाऊ कुठं तरी हिंडायला.''

असे म्हणून त्याने बकोटीला धरून मला ओढले. आणि आम्ही हळूहळू पुढे चालू लागलो.

– मग दोनतीन दिवस सरले.

संध्याकाळचे वाळवंटातील फिरणे संपवून मी घरी आलो. दमल्यामुळे उगीच थोडा वेळ टेकलो. मग हळूहळू चार घास खाल्ले. हात आचवून थोडीशी शतपावली केली. बैठकीत अंथरूण टाकले आणि कुठले तरी एक पुस्तक घेऊन ते दणदणीत प्रकाशात चाळीत पडलो. बाहेरची दुकाने फळीबंद होत होती. आवाजाचा खडा कुठेच पडत नव्हता. क्वचित थिएटरातील गाण्याची अस्पष्ट लकेर ऐकू येई. मधेच

रस्त्यावरून हळूच बोलत जाणाऱ्या माणसांचा आवाज कानावर पडे.

निजानीज होत होती.

एवढ्यात कुणी तरी दरवाजा बाहेरून जोराने ढोसला. त्यामुळे लावलेल्या कडीचा खळकन् आवाज झाला. माझ्या नावाची एक हाकही आत ऐकू आली. पुस्तक मिटून मी अंथरुणातून उठलो. दरवाज्याची कडी काढली आणि दोन्ही हाताने बाजूला घेत विचारले, ''कोण आहे रे?''

आत येत सखाराम म्हणाला, ''मीच आहे.''

''का रे? रात्रीचा आलास!''

''कुशाला घरघर लागली आहे. बहुधा आज रात्रीच स्वारी हातावर तुरी देणार. येतोस का जागायला?''

अंगात कपडे घालीत मी म्हणालो,

''येतो चल. आणखी कोण कोण आलं आहे?''

''आपली सगळी दोस्त मंडळी तिथेच आहेत मघापासून.''

कुशाच्या घरात आल्याबरोबर त्याची भेसूर घरघर ऐकू येऊ लागली. बोळकांडीत असलेल्या त्याच्या घरापाशी दिवसाही वर्दळ कमी असायची. त्यातून ही रात्रीची वेळ. त्यामुळे भीती वाटण्याइतका शांतपणा बाहेर होता. गलका अगदी नव्हता. घरातही नव्हता. गलका करायला घरात होते कोण? कुशाच्या आईचे फार मागेच सोने झाले होते. बापूदेवाला दुसरे नातेवाईक कोणी नव्हतेच. शेजारीपाजारी होते, पण त्यांना तिथे पाऊल टाकायचीही इच्छा नव्हती. आम्हीच तेवढे भुतासारखे आलो होतो आणि गप्पगार उभे होतो. आतल्या खोलीत त्या मरू घातलेल्या जिवाची कुरकुर जोराने वाजत होती; बाहेरच्या बाजूला आम्ही टेकलो होतो. बाकी सगळे थंडगार होते. आम्ही इकडे हळूहळू बोलत होतो, आत तो अंथरुणावर तडफडत होता, आचके देत होता. घायाळ पाखराने जसे जमिनीत तोंड खुपसून मुसमुसावे, तशी त्याच्या अंगाची वळवळ होत होती. तिकडे एकवार पाहून मी सखारामला विचारले,

''बापूदेव कुठं दिसत नाही?''

''उलथलाय वर!'' सखाराम सिगारेट पेटवून म्हणाला, ''आज एकादशी ना? मघाशीच मापटंभर शेंगदाणे खाल्लेत. आता झोपलाय एखाद्या निवांत वाघरासारखा. आपण आलो आहोत ना!''

मी पुन्हा मुकाट बसलो. ऐकेन तितके थोडेच होते....

वेळ अस्वस्थपणाने चालला होता. कुशाची घरघर आता कमी-जास्त होऊ लागली. हातापायाची धडपड मंदावत मंदावत चालली. जीभ आत ओढत होती. तोंड वासलेले आणि डोळे आत वळलेले. अंग गारगार पडू लागले... पाहुणा वळकटी बांधू लागला!

आम्ही त्याच्या जाण्याकडे लक्ष देऊन बसलो होतो. अखेर त्याने आयुष्यातली शेवटची धडपड केली आणि हताश झाल्यासारखी एकीकडे मान कलती केली. डोळ्यातील बुबुळे आत सरकली. हात पालथे पडले!

मध्यरात्रीच्या सुमारास कुशाने आम्हाला मोकळे केले होते!

रडायचे काम आमच्याकडे नव्हतेच. कुणाकडेच नव्हते. त्याचा बाप वर झोपला होता. आम्ही खाली मुक्याने बसलो होतो. आणि रडायचे तरी कशासाठी? कुशापेक्षा कुशाच्या बापासाठीच कुणी तरी रडले तर पाहिजे होते!

असा बराच वेळ ढकलीत नेल्यावर कुणी तरी पुढच्या तयारीची आठवण केली. व्यवहार सुरू झाला. दोघेचौघे डोक्याला टापशी गुंडाळून बाहेर गेले.

दोघेतीघे दारासमोर रस्त्यावर एकमेकांशी हळूहळू बोलत राहिले. मी आणि सखाराम असे दोघेच आत उरलो. घरातले ते भीषण वातावरण असह्य झाले. भिंती खायला उठल्या. मी पुन्हा म्हणालो, "अरे, बापूदेवाला उठवून सांग तर खरं."

"जाऊ दे रे. मातीहून आल्यावर सकाळीच सांगू त्याला! उगीच झोपमोड कशाला बिचाऱ्याची?"

सखाराम असे कडवटपणाने म्हणाला खरा, पण मुकाट्याने उठून वर गेला आणि बापूदेवाला उठवून खाली घेऊन आला. म्हातारा उघड्या अंगानं खाली उतरला. झोपेमुळे त्याचे डोळे चुरचुरत होते. ते चोळीत तो आतल्या खोलीत गेला. मेलेल्या मुडद्याकडे त्याने लावलेली दृष्टी पाहून माझ्या अंगावर सरकन काटा आला. त्याच्या त्या दृष्टीने मुडद्यालाही भीती वाटेल, असे मला वाटले. त्याने पोराच्या छातीला हात लावला. नाकाशी सूत धरले. आपला केसाने भरलेला कान पुन्हा छातीला लावला आणि म्हणाला, "कुशा!... कुशा! गेलास?... बऽऽऽरं."

बस्स! एवढेच बोलून तो थांबला, उठला आणि बाहेर आला. जाते ठेवलेल्या एका कोपऱ्यात बसला आणि त्याने पानाची चंची सोडली. सुपारीचे खांड तोंडात टाकले. वाळकुंड्या पानावर चुन्याची गोळी ठेवली आणि त्याची लांबलचक पट्टी तयार करून ती दाताने चावीत आत ढकलली. काताचा बारीक तुकडा नखाने कोरून त्यावर सोडला आणि तंबाखूची एक भलीभक्कम चिमट तोंड वर करून आत घेतली. मग तस्तांत पिचकारी मारीत त्याने तिथेच जेठा मारला. आमच्याकडे लुकुलुकु बघू लागला.

"तयारी करीत आहात ना पुढची?" इतके बोलून तो पुन्हा पिचकाऱ्या टाकू लागला.

मी पुन्हा अंगभर थरथरलो. छातीत कसला तरी गोळा आला. त्या मेलेल्या मुडद्यापेक्षा या जिवंत माणसाची भीती मला जास्त वाटली. जवळनं जाणाऱ्या तोंडओळखीच्या माणसाला घाईघाईचा निरोप द्यावा, तितक्याच घाईने आणि आस्थेने त्याने पोटच्या गोळ्याला निरोप दिला होता. गाडीत योगायोगाने भेटलेल्या प्रवाशाची आपण जितकी

ओळख ठेवतो, तितकीच ओळख त्याने आपल्या पोराची ठेवली होती. मृत्यूसारखी भयाण घटना घडली. पण रडण्याचा अनिवार लोंढा नव्हता, की साधा दु:खाचा विव्हल सुस्कारादेखील नव्हता... जन्मतानाच तो काहीतरी विसरून आला होता, त्याला कोण काय करणार होते? त्याच्या आयुष्याच्या गणितात त्याला कोणी 'गृहितकृत्य'च दिले नव्हते. आता ताळा जमत नव्हता. मडके घडले होते, पण त्याला आकार आला नव्हता. मुळातच कोणी तरी भट्टी अर्धीकच्ची उतरवून टाकली होती. त्यामुळे त्याच्या आयुष्याचे सांडपाणी मन मानेल तसे वाहत होते. त्यात केवळ घाण होती. पाणी फक्त नावाला होते....

माणसे आली. सामान आले, बत्त्या आल्या आणि पुढचे विधी आम्ही यथासांग उरकले. शिंकाळे धरून पुढे चालताना, चिता रचताना, अग्नी देतानाही त्याच्या तोंडावरचा निर्विकारपणाचा टबका निघाला नाही. कुशाचा जन्म झाला, त्या वेळी त्याच्या चेहऱ्याचा आरसा जितका लखलखीत असेल, तितकाच तो या वेळीही असावा! जणू काहीही घडले नव्हते. आणि घडलेच असेल तर ते अगदी मामुली, दुर्लक्ष करण्याजोगे होते. चेहऱ्याला भेगा पाडाव्यात, मन उलून यावे, असे त्यात काही नव्हतेच!

तांबडे फुटायच्या सुमारास आम्ही घरोघर आंघोळी केल्या....

मग प्रकाशाचे आणि अंधाराचे तीनचार पट्टे एकामागून एक फिरले. कालदर्शिका चारदोन पानांनी पातळ झाली. अशीच एक संध्याकाळ झाली. दुपारच्या उकडत्या हुंडीतून माणसांची फोलपटे बाहेर पडू लागली. नदीचा गारवा घेऊन येणारे वारे कानाला झोंबू लागले. प्रकाशाचा रंग हळूहळू उडत चालला. घरेदारे, रस्ते हळूहळू काळवंडले.

फिरून मी घराकडे परत चाललो होतो. तेवढ्यात समोरून बापूदेव येताना दिसला. स्वत:भोवती घुटमळल्यासारखे चालत, संथपणाने पिंका टाकीत आला. जनावराच्या रोखाने एखादा लांडगा यावा, तसा आला. त्याला पाहताच माझ्या अंगावरून गरम वारे गेले. डोक्यात सणक उठली. डोळ्यांची लाल मिरची आग ओकू लागली. मी त्याच्याशी अर्ध्या अक्षराने बोललो नाही. आल्याची दखलही घेतली नाही.

"काय कसं काय?" तो म्हणाला.

"ठीक." मी नाइलाजाने म्हणालो.

"जरा मारुटकराकडं येतोस? थोडं काम आहे."

"मारुटकराकडं?"

"हा!"

मारुटकरासारख्या अंत्यविधीवस्तू विकणाऱ्या दुकानदाराशी याने माझे काय काम काढले आहे, ते समजेना. थोडेसे धाकधूक करीतच मी त्याच्याबरोबर तिकडे गेलो.

दुकानाच्या बाहेर रस्त्यावर उभे राहूनच बापूदेवाने हाक मारली, "मारुटकऽऽर!"

"ओऽऽ" अशी हाक देऊन ओला हात धोतराला पुशीत मारुटकर बाहेर आला.

म्हाताऱ्याला ओळखीत म्हणाला,

"बोल. काय काढलंस बापूदेव? पोराच्या सामानाचे पैसे देतोस काय?"

"देतो. आकडा सांग."

"पंचेचाळीस रुपये."

"पंचेचाळीस?" कुशाचा बाप तोंड विस्फारून ओरडला, "मारुटकर, माडी बांधतोस तू आता?"

मारुटकर धंदेवाईकपणे हसला.

"सगळ्यांना सारखं घेतो देवा मी. तुमच्याकडून जास्त घेणार नाही. काळजी करू नका."

त्याच्या बोलण्यातला उपरोध मला जाणवला. पण बापूदेव म्हणाला,

"काय या बोलण्यात कळा आहे? तसलं काही नाही. मला आपली सगळ्या सामानाची पट्टी करून दे बरं."

मारुटकर संतापला. त्याने अंगाला वेडेवाकडे हिसके दिले. म्हणाला,

"असल्या सामानाची पट्टी द्यायचा रिवाज नाही आमचा. माणूस आहेस का भिताड! कशाला लेका बामणाच्या पोटी आलास? मारं च्यायला नाम लेवून हिंडतोस, त्या परीस मुडदेफरासाच्या जन्माला का गेला नाहीस?"

"अन् तू? मुडद्यावर तर मिजास करतोस!"

त्या दोघांची आता छनणार, हे बघून मी डोळ्यानं मारुटकरला खूण केली. म्हाताऱ्याच्या पाठीमागे झालो, आणि 'काय वाटेल ते कर, पण ही पीडा घालीव एकदाची!' अशा अर्थाची खूण केली.

त्याने बिचाऱ्याने ते मानले आणि मुकाट्याने सामानाची यादी करून दिली. तोपर्यंत बापूदेव गटाराच्या कडेला उभा राहून थुंकत होता. यादी हातात आल्यावर त्यावरची काळी वाळू त्याने झटकली. मग तो माझ्याकडे वळून म्हणाला, "हां. आता तुझं काम. बोल. बघ ही यादी. वाच."

मी ते सगळे प्रकरण दुरूनच बघितले. गाडगे, बांबू, चिपाडे... मला अर्थबोध होईना.

"बघितली. काय मला समजलं नाही."

"समजेल हं आता!" कडवट आवाजात तो म्हणाला, "अरे, काय माझं दिवाळं काढायचं ठरवलं होतं का काय तुम्ही?"

"दिवाळं?"

"तर!" यादीकडे नजर ठेवीत तो कर्कश आवाजात ओरडला, "पंचेचाळीस रुपये कसे झाले? परवा रात्री मसणात दोन बत्त्या आणल्यात तुम्ही! दोन बत्त्या न्यायला काय मला जाळायचं होतं काय?"

□

झोप

नागू गवळी अंगाने चांगला गुटगुटीत होता. चित्रातला मारुती असतो ना, तसा. लग्न होईपर्यंत तालमीच्या मातीत अखंड लोळत पडण्यापलीकडे त्याने दुसरा काहीही धंदा केलेला नव्हता. हजारांनी जोरबैठका आणि दोन्ही वेळेला दोनतीन शेर दुधाची चरवी यामुळे तो एखाद्या फुग्यासारखा टम् फुगला होता. आत त्याचे लग्न होऊन बरीच वर्षे झाली होती. पूर्वीसारखा जोर-बैठकांचा नाद राहिला नव्हता. फडात जाऊन कुस्त्या मारण्याइतका वेळही त्याला उरला नव्हता. पण तरीसुद्धा दोन्ही वेळेला दोन शेर दूध प्यावे, भरपूर खावे आणि सपाटून झोपावे, एवढे पैलवानी व्रत तो अजून कसोशीने पाळीत होता.

'झोप' हा नागू गवळ्याचा हातखंडा विषय होता. तो विद्वान असता, तर या विषयावर तासन् तास बोलू शकला असता – म्हणजे तितका वेळ तो जागा असता तर – इतका त्याचा या विषयातला अधिकार दांडगा होता. लग्नापूर्वी झोपेशिवाय कोणत्याही दुसऱ्या अवस्थेत तो इतरांना आढळला नव्हता. पण त्या वेळची गोष्ट निराळी. इतर सगळ्याच पुरुषांप्रमाणे त्या वेळी तो राजा माणूस होता. पहाटे उठून मेहनत करावी, दूध पिऊन जे झोपावे, ते दुपारी जेवायच्याच वेळेला जागे व्हावे, जेवल्यावर पुन्हा जे पडावे, ते संध्याकाळी मेहनत करायलाच उठावे आणि नंतर रात्री पुन्हा ताणून द्यावी – असा त्याचा तो वेळचा सुरेख कार्यक्रम असे. पण आता तसे शक्य नव्हते. गेली दहा वर्षे त्याच्या पाठीमागे प्रपंच लागलेला होता. या दहा वर्षांत त्याला एकूण सात मुले झाली होती. सहासात म्हशी, तितकीच लेकरे आणि अवाढव्य अंगाची एक बायको. इतक्या सगळ्यांची उस्तवार करायची म्हटल्यावर त्याला झोपेला वेळ कुठून मिळणार? नागू गवळी आला दिवस कसा तरी रेटीत होता आणि संसार चालवीत होता. दिवसभर काम करीत होता आणि हा गाडा

कसाबसा पुढे ढकलीत होता. या उद्योगात त्याची दुपारची झोप मात्र साफ बुडाली होती, हे एक मोठेच दुःख होते. त्यामुळे असे झाले होते की, अंधार पडायला लागला, की नागूचे डोळे पाखरासारखे मिटू लागत. रात्री पेंगतच तो भाकरतुकडा खाई, हात धुऊन पानतंबाखूही झोपेतच खाई आणि झोपेतच बायकोला शिव्या घालीत झोपेतच झोपी जाई.

आपल्या या झोपेच्या सवयीबद्दल नागूला तसे फार वाईट वाटे. म्हणजे जागेपणी वाईट वाटे. कारण काहीही झाले, तरी नागू हा पैलवान गडी होता. त्याच्या पेलेदार छातीवर काळा गंडा रुळत होता. त्याचे दंड, मांड्या, गर्दन गच्च होती. त्याच्या बरोबरीचे पैलवान अजून फडात कुस्त्या मारीत होते. कुणी पोलीस खात्यात शिरले होते आणि मोठी धाडसाची कामं करीत होते. आपणही अशाच प्रकारची कामे करायला पाहिजेत, असे त्याला सारखे वाटे. एखाद्या आगीच्या वेळी आपण आत उडी ठोकावी आणि खूप माणसे वाचवावीत, एखाद्या वेळी भुताची आणि आपली गाठ पडावी आणि त्याचा घाम निघेपर्यंत त्याला घोळसावे, बिळात घुसलेला साप हातांनी ओढून काढावा आणि त्याला चेचून सगळ्यांना चकित करावे, असे त्याला फार फार वाटत असे. पण या दुष्ट झोपेने त्याचा घात केला होता. ती राक्षसी त्याला संध्याकाळपासून सकाळपर्यंत सोडीत नव्हती.

दिवसा तो नेहमी बायकोला म्हणे,

"ह्या झोपेनं माजा लई सत्यानास केलाय बग. काय करावं? कुठं जाता येत न्हायी, येता येत न्हायी. काय निगालं काम तर उटवीत जा की गं मला रातच्याला. आँ?"

बायको गवऱ्या थापता थापता म्हणे,

"कुंभकर्न हायेत दुसरे तुमी. कुनी उठवावं तुमास्नी?"

"अग, न्हायी तसं. उटव मला. बग उठतो का न्हायी त्ये."

"काही उटत न्हायी. मुडद्यावानी पडताय तुमी."

"उटव तर खरं. हलव गदागदा. बगू."

यावर बायको मान हलवून आणि हात ओवाळून म्हणे,

"हा... हालीव म्हनं गदगदा! समदं करून बघितलं म्या. उटवाय गेलं तुमास्नी तर 'टवळे रांडं' करून शिव्या देता तुमी झोपंत."

हे बोलणे ऐकून नागूला एकदम राग येत असे. नाकपुड्या लाल करून आणि फुगवून तो म्हणे,

"कोन म्या शिव्या देतो? हॅट्... खोटं बोलू नगंस उगीच, टवळे... उटत न्हायी तर पान्याची घागर वत टाळक्यावर माज्या."

"ते बी केलतं की मागं."

“आ?... आन् ते कवा?”

“तुमच्या हातरुनात साप निघाला तवा. एक का दोन घागरी वतल्या की भदाभदा.”

“मग? – उठलो का न्हायी मी?”

“ऊं – उटताय! पान्यानं समद्या जिमनीचं पोपडं निगालं, पन तुमी आपलं ढिम्म. हललासुदीक न्हायीत की वो जागचं!”

“अगं मग सापच सोडायचा का न्हायी त्यो अंगावर?”

“त्यो तुमच्या अंगाखाली कवाच मेला. चेंदामेंदा झाला नुस्ता. तुमच्या अंगाखाली घावल्यावर हात्तीबी जित्ता ऱ्हायचा न्हायी.”

“बरं बरं, आता ह्याफुडं उठवीत जा.”

असे म्हणून नागू दुधात पाणी घाली आणि रतीब घालायला बाहेर निघून जाई.

एकंदरीत असे चालले होते. नागूला झोप काही आवरत नव्हती. बायकोने जिवाचा आकांत केला, तरी तो उठत नव्हता आणि त्याच्या धाडसी वृत्तीला कुठेच वाव मिळत नव्हता.

त्या दिवशी नागू झोपी गेला, त्या वेळी रात्रीचे नऊ वाजून गेले होते. त्याच्या पलीकडे अंथरूण टाकून त्यावर सहा-सात पोरे ओळीने मांडून निजवण्यात आली होती आणि त्याच्या पलीकडे नागूची बायको एखादे बोचके पसरावे, त्याप्रमाणे पसरली होती. सगळीकडे गाढ शांतता होती. बाहेर काळागुडुप अंधार पडला होता. दिवसभराच्या उजेडाने रात्रीची काजळी धरली होती. आई मेल्याप्रमाणे वारा गपचीच होता. मधूनमधून झाडाची फांदी सळसळे. आभाळ भरून आले होते. त्यातून मध्येच एखादा थेंब खाली टपोरत येई आणि भुई किंचित ओलसर होई. जिकडेतिकडे आता निजानीज झाली होती. घरातल्या दिव्यांनीही डोळे मिटले होते आणि लांबवर कुठे तरी कुत्री भुंकत होती. पुरुष, बायका, पोरे – सगळेच कसे गाढ झोपी गेले होते.

सगळ्यांच्याप्रमाणेच नागू गवळीही अंथरुणावर झोपी गेला होता. खरे म्हणजे झोपताना तो नेहमीप्रमाणे सुरुवातीला भुईवरच झोपे. पण हळूहळू जसजशी रात्र होईल, तसतसे लोळत तो पोरांसाठी टाकलेल्या अंथरुणावर येई. मग लाथा झाडून पोरांना जमिनीवर ढकली आणि घोरू लागले. उजाडेपर्यंत यात आणखी स्थलांतर होई. पहाटे तो परत भुईवर गेलेला असे आणि त्या वेळी खाली टाकलेली सतरंजी आणि घोंगडे त्याने पांघरूण म्हणून घेतलेले असे.

या वेळी तो सतरंजीच्या वर होता. म्हणजेच मध्यरात्र झाली होती, हे उघड होते.

सगळीकडे अगदी शांत होते. बाहेरून आवाजाचा टिप्पूससुद्धा कानावर येत

नव्हता. वाऱ्याची सळसळ तेवढी मधेच कानात शिरे. बाकी सगळे स्तब्ध होते. नागू झोपला आणि घुर्रर्र घुर्रर्र करून जोरात घोरण्यात गुंग होता. त्याच्या घोरण्याने पोरे अधूनमधून झोपेतच दचकत होती आणि चाळवल्यासारखी होऊन पुन्हा झोपी जात होती.

असा बराच वेळ गेला.

आणि मग एकदम भिंतीवरनं खाली काही तरी पडल्याचा दबकन आवाज झाला. त्याखालोखाल लगेच कुणी तरी उडी ठोकल्याचाही आवाज निघाला आणि त्या धडधड आवाजाने नागूची बायको सटपटून उठली. हा आपल्या पोरांचाच काहीतरी उद्योग असावा, या खात्रीने झोपेतच हाताला लागलेल्या कुठल्या तरी एका पोराच्या पाठीत तिने दाणदिशी धपाटा घातला.

"का वरडाय लागलाय रं आई मेल्यावानी? मुडदा रातच्याला बी झोप घिऊ दीना."

असे म्हणून तिने पुन्हा तोंडावर लुगड्याचा पदर घेतला आणि एका कुशीवर वळून ती परत झोपी गेली. झोपेतच, कुशीतल्या बारक्या तान्ह्या लेकराला सवयीने थोपटू लागली.

पाठीत विनाकारण दणका बसल्यामुळे ते मधले पोर एकदम जागे झाले आणि झालेल्या अन्यायाविरुद्ध त्याने भोकाड पसरून दाद मागितली. त्याबरोबर त्याच्याशेजारी पडलेले दुसरे कारटे धडपडून जागे झाले आणि त्याने पहिल्यापेक्षाही मोठा गळा काढला. त्या दोघांच्या रडण्यामुळे बाकीची पोरेही मग जागी झाली आणि त्यांनीही आपला आवाज त्यात मिसळल्यामुळे निरनिराळ्या आवाजांचे एक इंद्रधनुष्यच तिथे थोडा वेळ तयार झाले आणि त्यामुळे नागूच्या बायकोची पुन्हा झोपमोड झाली.

तेवढ्यात शेजारी अंगणात काहीतरी खसपसले आणि ती एकदम सावध झाली. जागी होऊन ती उठून बसली. कान टवकारून कानोसा घेत म्हणाली,

"कोन हाय?"

पण तिच्या या प्रश्नाला काहीच उत्तर आले नाही. अंगणातल्या अंधारात काहीतरी हालचाल झाल्याचे तिच्या डोळ्यांनाच फक्त जाणवले आणि मग एकदम एक काळीकभिन्न, दांडगी आकृती तिच्या दिशेने चालत आली.

चोर!....

एक मोठी किंकाळी फोडावी आणि हाक मारावी, असे नागूच्या बायकोला वाटले. पण तो माणूस इतक्या झपाट्याने तिच्या जवळ आला की, काय करावे हे तिला सुचलेच नाही. आणि मग तिची बोबडीच वळली. घामाने सगळे अंग न्हाऊन निघाले. छाती धडपडत राहिली.

त्या माणसाने एकदम तिचा गळा धरला आणि घोगऱ्या आवाजात तिला फर्मावले,

"गप्प बस. वरडशील तर जीव घीन."

त्या माणसाच्या जाडजूड, राठ हाताच्या स्पर्शाने नागूची बायको आधीच इतकी अर्धमेली झाली होती की, ओरडायचे तिच्या अंगात त्राणच राहिले नव्हते. थरथर कापत ती नुसती बघत राहिली.

त्या माणसाने पुन्हा घोगऱ्या आवाजात विचारले, "सोनं कुठं ठेवलंयंस?"

बाई काहीच बोलत नाही, हे बघून तो दरडावणीच्या आवाजात म्हणाला,

"सांगतीस का न्हायीस? का घालू ह्यो खिळा तुज्या टकुऱ्यात?"

त्याने हातात धरलेला जाडजूड लोखंडी खिळा तिला अस्पष्ट दिसला आणि त्याबरोबर भीतीची एक शिणक तिच्या सगळ्या अंगातनं चमकली.

"सांगते. सोडा मला."

"सांग कुठं हाय सोनं?"

"ट्रंकंत हाय."

"कुठाय ट्रंक?"

"सैपाकघरात हाय. कमानीपाशी."

"काढ किल्ली त्येची."

"किल्ली माज्याजवळ न्हायी."

"मग कुनाजवळ हाय?"

"आमच्या मालकांच्यापाशी आसंल. त्येच कुठं तर ठिवत्यात."

"कुठं हाय तुजा नवरा?"

अंधारात नवऱ्याच्या दिशेला हात करून ती गुदमरल्या आवाजाने म्हणाली,

"त्ये तिकडं झोपलेत बगा."

आणि मग त्या माणसानं तिचा गळा जसा सोडला, तशी ती लुगड्याचा बोळा तोंडात कोंबून भिंतीला टेकून थरथर कापत उभी राहिली.

एवढे होईपर्यंत मुलांचा कालवा संपून ती परत पटपट झोपलीही होती. पण त्या दांडग्या काळ्या माणसाने अंथरूण ओलांडताना एकच पाय एकदम तीनचार पोरांच्या अंगावर दिल्यामुळे ती पुन्हा एकदम कलकल करीत उठली आणि मग क्षणभर आरडाओरड, किंकाळी, रडारड, भोकांड पसरणे या गोष्टींमुळे वातावरण एकदम भरून गेले. इतके की तो काळाकभिन्न चोरही क्षणभर गप्प उभा राहिला आणि मग धडपडत पुढे गेला. नागूला हुडकू लागला.

अखेर त्या अंधारात नागूपर्यंत जाऊन पोचण्यात त्याला यश आले.

मग हाताला लागलेले त्याचे डोके धरून त्याने जोरजोराने हालवायला सुरुवात

केली आणि दरडावले,

"ऊठ. उठलास का?"

पण बराच वेळ झाला, तरी नागूच्या डोक्याने काहीच हालचाल केली नाही, ते इकडेतिकडे वळले नाही, हे बघून त्याला चमत्कारिक वाटू लागले. त्याने हातांनी पुन्हा त्याचे डोके चाचपून पाहिले; तेव्हा नागूचे नाक, कान, डोळे, गळा हे अवयव त्याला कुठेच सापडले नाहीत.

मग थोड्या वेळाने त्या माणसाच्या ध्यानात आले, की आपण हातांनी धरलेले हे नागूचे डोके नव्हतेच मुळी; तो गुडघा होता; आणि गुडघ्याला नाक, कान, डोळे वगैरे काही प्रकार नसल्यामुळे आपल्याला ते सापडले नाहीत.

त्या गृहस्थाने काडी ओढून चिमणी लावली असती, म्हणजे नागू कसा झोपला होता, याची त्याला बरोबर कल्पना आली असती. पण तसे करण्याची शक्यता नव्हती आणि त्यामुळे नागू किती व्यवस्थित, बंदोबस्ताने झोपी गेलेला आहे, हे त्याला मुळीच कळले नाही. नागूने दोन्ही गुडघे पोटाशी घेतले होते आणि आपले दोन्ही हात त्यांच्या मधे खुपसून त्या हाताच्या बेचक्यात त्याने खाली मान करून आपले मुंडके अडकवलेले होते. एकंदरीत तो एखाद्या भरभक्कम गाठोड्याप्रमाणे झोपला होता आणि इतका सगळा प्रकार झाला, तरी त्याच्या घोरण्यात बिलकुल व्यत्यय आलेला नव्हता. शेवटी त्या माणसाने त्याच्या घोरण्याच्या दिशेने आपला हात पुढे सरकवला. पण त्याचा परिणाम एवढाच झाला की, त्याचे लठ्ठ, दांडगे बोट नागूच्या जाडजूड नाकात शिरले आणि त्याला सणसणून शिंक आली. 'आऽऽऽकऽऽऽछां' असे करून तो एवढ्या मोठ्यांदा शिंकला, की एखादा विजेचा धक्का बसल्याप्रमाणे बोट झटकन मागे आले.

मग त्या माणसाने नागूच्या छातीवर गुडघा रोवला, दोन्ही हातांनी त्याचे कान धरले आणि धमकावणी दिली, "ऊठ रे. किल्ली काढ ट्रंकेची."

यावर नागूने पुन्हा एकदा धडाक्याने शिंक दिली. इतक्या मोठ्यांदा, की पुन्हा दोनतीन पोरे रडतओरडत उठली आणि चारपाच झोपी गेली. खुद्द त्या माणसाच्या तोंडावर बारीक तुषारांचा सडा झाला.

"उठला का न्हायीस? ऊठ, जीव घीन बग तुजा. किल्ली काढ."

असे कर्कश आवाजात बोलून त्या माणसाने नागूचे मानगूट धरून त्याला सगळीकडून घुसळायला सुरुवात केली. इतक्या जोराने की काही विचारू नका. खरोखर नागू गवळी या वेळी जर डेऱ्यात असता, तर या घुसळण्याने त्याच्या अंगाचे बरेचसे लोणी निघून वर आले असते. पण तो बाहेर भुईवर असल्यामुळे यापैकी काहीच होऊ शकले नाही. नागूने फक्त दोनतीनदा 'ऊं ऊं ऊं...' असे केले आणि तोंड मिटून घोरायला सुरुवात केली.

त्या दांडग्या माणसाने त्याचा गळाच दाबला. तेव्हा तो माशी वारल्याप्रमाणे हात करून म्हणाला, "गप ए टवळे, गप. का तरास द्यायला लागलीयास रातचा?"

मग मात्र त्या चोराला फार वेळ थांबणे अशक्य झाले. त्याने आपला लोखंडी खिळा उचलला, हात वर करून उगारला आणि तो नागूच्या टाळक्यावर दाणदिशी आदळला. पण त्यावर नागूने फक्त किंचित् कण्हल्यासारखे केले आणि मग तो झोपेतच ओरडला, "अग, हैक हैक!... सौसं –"

नागू आपल्या लाडक्या म्हशीला 'सौसं' म्हणून हाक मारी. स्वप्नातसुद्धा त्याला आपली लाडकी, गुणी म्हैस दिसत असे. आत्तासुद्धा तो लाडक्या म्हशीनेच आपल्या नाकातोंडाशी हितगुज चालवले असावे, या खात्रीने त्याने 'हैक हैक' केले आणि मग कुशीवर वळून तो परत झोपी गेला.

यावर त्याच्या नाकावर एक सणसणून बुक्की बसली आणि पाठीमागून घोगरा आवाज आला, "किल्ली कुठाय?... ऊठ! किल्ली दे काढून मुकाट्यानं."

अगदी हुबेहुब म्हशीचाच आवाज आपल्या. काही फरक नाही. काय चावट म्हैस आहे!... किल्ली मागतेय शहाणी!....

नागूला झोपेतच हसू आले. घोरताघोरताच तो म्हणाला, "अग हो हो... चुक चुक... तुला किल्ली कशाला पायजे? असं येड्यावानी करू ने ग, जा, कडबा खा जा."

आणि पुढच्याच मिनिटाला तो संथपणे घोरू लागला. पुन्हा त्याने अंगाचे गाठोडे केले आणि आतल्या बाजूला मुंडके खुपसून तो गाढ झोपी गेला. झोपेमध्ये पार बुडाला. अगदी तळाशी गेला.

असा प्रकार पहाट होईपर्यंत चालला. नागूला उठवायचा प्रयत्न करून करून त्या भामट्याच्या अंगाला दरदरून घाम सुटला. त्याच्या कपाळावरून, गळ्यावरून घामाचे ओघळ वाहू लागले. मारून मारून हात दुखले. बोलून बोलून आधीच घोगरा असलेला त्याचा आवाज बसला. पण नागू गवळी जागा झाला नाही. कलियुगातल्या परमेश्वराप्रमाणे तो गाढ झोपेतच राहिला....

अखेर पहाट झाली. कोंबडी आरवली. शेजारपाजारच्या म्हाताऱ्या बायकांनी दळणे घातली, तेव्हा तो हतभागी चोर उठला आणि आपले डांबराने माखलेले तोंड घेऊन अंगणात आला. भिंतीवर झटक्याने चढून नाहीसा झाला. पहाटेच्या अंधारात कुठल्या कुठे गडप होऊन गेला.

इतका वेळ उभी राहून राहून नागूच्या बायकोचे पाय ताठले होते. भीतीने तिचा प्राण जायची वेळ आली होती. अंग अजून लटपटत होते. तो चोर नाहीसा झाल्यावर ती मटकन खाली बसली आणि एक मोठा सुस्कारा सोडून नागूकडे बघत राहिली.

सकाळी उजाडल्यावर कपाळावरच्या जखमेत हळदचुना भरता भरता नागू बायकोला म्हणाला,

"अगं, एवढा मोठा चोर येऊन गेला घरात. मला उठवायचं न्हायीस? आ?... चांगलं भुस्कट पाडलं आसतं की त्येचं मी. ह्यॅ!... दाब चान्स आला हुता. पर घालवलास तू...."

पण हे बोलतानादेखील नागूला शीण आला होता. त्याचे डोळे चुरचुरत होते आणि त्याला जागरण झाल्यासारखे वाटत होते. शिणवटा घालवण्यासाठी म्हणून त्याने डोळे मिटून पाठीमागे खांद्याला डोके टेकवले आणि मग त्याला एकदम झोपच आली.

□

व्यंकूची शिकवणी

निरनिराळ्या बऱ्याच परीक्षा पास होऊन अखेर मी एका खेड्यात मास्तरची नोकरी धरली, तेव्हा माझे वय वीस-बावीस इतकेच असावे. त्या वेळी माझे लग्न झालेले नव्हते. मी अगदी अफुट होतो. माझे बाहू पिळदार असून ते वेळीअवेळी फुरफुरत असत. गर्दन एखाद्या लोखंडी गोळ्याप्रमाणे पिळदार होती. मांड्यांचे पट तट्कन उठून दिसत होते. माझी भरगच्च छाती हा तर माझ्या खास अभिमानाचा विषय होता. त्या वेळी मी चालू लागलो, म्हणजे पायाखालची भुई दबली जात असे. सांजसकाळ तालमीत जाऊन मेहनत करण्याचा नाद मला लहानपणापासून होता. त्यामुळे डोक्यापासून पायाच्या बोटापर्यंत सर्वांगावर तांबडी माती चिकटलेली असे. एखादा तांबडा मारुती रस्त्यावरून चालावा, त्याप्रमाणे मी चालत असे. हत्ती झुलावा, त्याप्रमाणे मी झुलत असे. एकंदरीत मी मोठा राजबिंडा इसम होतो.

त्या वेळचे माझे जीवन अगदी साधे होते. पहाटे चार वाजता उठावे आणि रात्री नऊ वाजता झोपावे; असा माझा देवाघरच्या पाखरासारखा निर्मळ आयुष्यक्रम होता. दोन्ही वेळेला शाळेत जावे. मधल्या वेळेला हाताने करून भाकरतुकडा खावा आणि उगीच पडावे. सकाळ-संध्याकाळ मेहनत करावी असा माझा सरळसोट, धोपटमार्गी कार्यक्रम होता. जेव्हा जेव्हा वेळ मिळे, तेव्हा तेव्हा गुरूचरित्र, शनिमहात्म्य, मारुतिस्तोत्र असली सोज्ज्वळ पुस्तके नाकाला लावून मी वाचत असे. यापलीकडे या जगातले एक अक्षरही मला माहीत नव्हते. आपण बरे आणि आपली नोकरी बरी, ही माझी त्या वेळची वृत्ती होती. त्यामुळे गावात माझ्याविषयी आदर होता. एखादा साथीचा रोग फैलावावा, त्याप्रमाणे माझ्याविषयी सगळीकडे कौतुक फैलावले होते. त्या गावच्या दृष्टीने मी एक आदर्श पुरुष होतो.

एके दिवशी संध्याकाळी मी नेहमीप्रमाणे मारुतिस्तोत्र म्हणत बसलो होतो.

समोर कंदिलाचा उजेड झगमगत होता. बाहेर अंधार पसरला होता. रस्त्यावरची वर्दळ बंद झाली होती. वारा भणाभणा करीत वाहात होता. आणि मी डोळे मिटून मारुतिस्तोत्र म्हणत होतो. मधूनमधून हात जोडून नमस्कार करीत होतो.

आणि मग एकदम बाहेरून हळी आली,

"मास्तर... मास्तर हायती का?"

माझी खोली आडबाजूला होती. त्यामुळे सहसा माझ्या खोलीवर कोणी येत नसे. निदान अशा वेळी तरी. त्यामुळे ती हाक ऐकू आल्यावर मी दचकलो आणि डोळे उघडून पाहिले. म्हणालो,

"कोण आहे?"

पण माझा प्रश्न पुरा व्हायच्या आतच एक म्हातारा आत आला. हातातली काठी त्याने खाली ठेवली. उंचापुरा, दांडगा आणि काळाशार. ओठावर मिशांचा घोस. धोतर, कोटटोपी, हातात सलकडी, अंगठ्या – असा थाट. काठी खाली ठेवून तो मला म्हणाला,

"रामराम मास्तर."

आणि तो भिंतीला टेकून खाली बसला.

मी म्हणालो, "रामराम."

यावर त्याने थोडा वेळ दम घेतला. मग तोंडातला थुंका बाहेर टाकून तो हसला.

"मी यदू वडार. कंत्राटदार हाय मी."

"बरं."

"माझा पोरगा तुमच्या शाळेतच हाय. तुमाला ठावं आसंलच की?"

"नाही बुवा. कोण?"

"व्यंकू."

"हं-हं, आला लक्षात."

खरे म्हणजे लक्षातबिक्षात काहीच आले नव्हते. पण काही तरी बोलायचे म्हणून 'हं-हं' केले इतकेच.

"त्यो आता सातवीला हाय बगा. औंदा सुटला पायजे सातवीतनं. तवा तुमी त्येची शिकवनी घेता का, आसं इचारायला आलुया मी."

"का बरं? शिकवणी कशासाठी लावताय?"

माझा हा प्रश्न ऐकल्यावर म्हातारा एकदम भडकला. आवाज चढवून मिशी हलवीत तो म्हणाला,

"अवो, कार्टं लई उनाड हाय. अभ्यासाकडं कायसुदिक बगत न्हायी. दिवसभर गावात गटाळ्या घालत आसतंय. सुधाराल तर तुमीच सुधाराल बगा त्येला."

हे ऐकल्यावर माझा ऊर अभिमानाने भरून आला. एका उनाड मुलाला ताळ्यावर आणण्याची जबाबदारी माझ्यावर टाकलेली बघून, माझ्या सद्वर्तनाबद्दल माझी स्वत:चीच खात्री पटली. हे काम मी करणे आवश्यक होते. शाळेच्या दिवसात कुठल्याही मुलाने पुस्तकाला नाक लावून बसणेच योग्य. हा पोरगा अभ्यासाकडे ढुंकूनही पाहत नाही आणि दिवसभर उनाडक्या करतो, ही अगदी वाईट गोष्ट होती. छे! छे! माझ्या लहानपणी मी असे बिलकुल केले नव्हते.

मी विचार करण्यात गढलो, हे बघून म्हातारा म्हणाला,

"मास्तर, तुमी पैक्याची काळजी करू नगा. एवढं पोरगं सुधरा माजं. वंजळभर रुपये तुमच्या वटीत घालीन मी. मग तर झालं?"

हे ऐकल्यावर तर त्याला सुधारण्याचा माझा निश्चय पक्का झाला. मी मान हलवून गंभीरपणाने म्हणालो, "ठीक आहे. द्या त्याला पाठवून."

अशा रीतीने ही शिकवणी ठरली आणि व्यंकू रोज रात्री माझ्याकडे शिकवणीला येऊ लागला.

पहिल्या दिवशी तो आला, तेव्हा त्याला बघून मी बराच निरुत्साही झालो. व्यंकू म्हणजे बाराचौदा वर्षांचे बिनमिशांचे किडकिडीत पोरगे असेल, असा माझा समज होता. पण हा गडी चांगला अठराएकोणीस वर्षांचा असावा. काळाकुट्ट, आडव्या अंगाचा, नकट्या नाकाचा आणि जाड कातडीचा. वयाच्या मानाने त्याला मिशाही भरपूर आल्या होत्या. तो एखाद्या बापई गड्यासारखा दिसे. त्याला बघून मी मनात हबकलो, पण वरकरणी तसे काही न दाखविता मी त्याची शिकवणी सुरू केली. आणि चांगले वागण्याचे काय फायदे होतात, हे त्याला सविस्तर वर्णन करून सांगितले. त्यानेही ते मुकाट्याने ऐकून घेतले. कुठेही मला विरोध केला नाही. हे बघून मी खूश झालो. पहिल्यांदा तो आला, तेव्हा चेहऱ्यावर नाखुशी घेऊनच आला होता. पण हळूहळू तो रुळला. रोज नेमाने येऊ लागला. माझ्याशी खुल्या दिलाने बोलू लागला.

एके दिवशी शिकवणी चालू असताना मी मधेच त्याला एक प्रश्न विचारला. पण मान खाली घालून तो मुकाट्याने बसला. काही बोलेचना. मी पुन्हापुन्हा विचारले तरी बोलेना. शेवटी मी रागावून म्हणालो,

"गाढवा, तुला तोंड आहे का नाही?"

त्याने मान हलवली आणि तोंडावर बोट ठेवून ते आहे, असे स्पष्टपणे मला दाखवले. त्याचे दोन्ही गाल फुगले होते. मग काय खाऊन आला होता कोण जाणे!

"काय खाल्लंस रे?"

यावर पुन्हा त्याने मान हलवली. 'थोडं थांबा' असा हाताने इशारा केला आणि मग दारापाशी जाऊन लालभडक पिचकारी बाहेर सोडली. मग आत येऊन तो

म्हणाला,

"केलं तोंड मोकळं मास्तर तुमी? चांगला तंबाखूची गुळणी धरून बसलो मघाधरनं. असं पान जमलं होतं म्हणून सांगू, काय इचारू नका."

मी कुतूहलाने म्हणालो,

"म्हणजे पानतंबाखू खातोस काय तू?"

"होय मास्तर."

"किती वेळा खातोस?"

"धापाच वेळा खातो की."

"खाऊ नये तंबाखू लेका. वाईट आसतं."

"काय वाईट हुतं मास्तर!"

मला त्याच्या या प्रश्नाचे उत्तर देणे अवघड गेले. कारण मी स्वत: तंबाखूच काय, पण पानही फारसे खाल्ले नव्हते. त्यामुळे त्याचा बरेवाईटपणा मला माहीत नव्हता. तरीपण अवसान आणून मी म्हणालो,

"लेका, खाऊ नये म्हणून खाऊ नये."

व्यंकूने पुन्हा एकदा पिचकारी टाकली आणि मला म्हटले, "मी सांगू मास्तर –"

"काय?"

"उलट तंबाखू खावी मानसानं. लई चांगलं असतं."

ती कुतूहलाने पुन्हा विचारलं,

"असं? ते कसं काय?"

"अवं देवानंच सांगून ठिवल्यालं हाय तंबाखू खावी म्हणून."

"काय सांगितलं आहे देवानं?"

यावर व्यंकूने मला जी कथा सांगितली, ती मला अगदीच अपरिचित होती. त्याच्या सांगण्याचा सारांश असा होता की, तंबाखू ही फार उत्तम वनस्पती आहे आणि ती माणसाने हमेशा तोंडात टाकावी, असा प्रत्यक्ष देवाचाच हुकूम आहे. विठोबाने कमरेवर हात ठेवून असे शुभ वर्तमान जगाला सांगितले आहे की, ही वनस्पती कमरेएवढीच उंच असते. ती किती खावी, असा प्रश्न विचारल्यावर मात्र त्याने गणपतीकडे बोट दाखवले. गणपतीने डावा हात पसरून उजव्या हाताने दोन बोटांची चिमूट सदैव धरलेली आहे. ती कशासाठी? या वनस्पतीचे पान हातभर रुंदीचे असते आणि माणसाने ती चिमूटभरच तोंडात टाकावी हेच सांगण्यासाठी. आणि नाही खाल्ली, तर प्रत्यक्ष मारुतरायाचा कोप होतो. न खाणाऱ्या माणसाच्या मुस्काटात लगावण्यासाठी त्याने एक हात जो उगारलेला आहे, तो अद्यापि तसाच आहे.

व्यंकूने सांगितलेली ही गोष्ट ऐकून माझा त्याच्याविषयीचा गैरसमज बराच दूर झाला. तो पानतंबाखू खातो, हे योग्यच आहे, असे मला वाटू लागले. फार काय, पण अशा दिव्य वनस्पतीची चव मीही घेऊन बघावी, असा त्याने आग्रह केल्यानंतर मी विशेष विरोध केला नाही आणि एक काडी त्याच्या हातून घेऊन बेलाशक चावली. त्या एका काडीनेच मला विलक्षण चमत्कार दाखविल्यामुळे माझ्या या औषधी वनस्पतीवर फारच भक्ती बसली. काडीच्या दोन काड्या, चिमूट असे करता करता मी बकणाभर तंबाखू एका पानाला खाऊ लागलो आणि पिचदिशी थुंकू लागलो. हळूहळू दोन बोटे तोंडासमोर धरून, जागेवरून न उठता, लांबवर पिचकारी कशी टाकायची, हेही व्यंकूने मला शिकवले. त्याचे या विषयातले अगाध ज्ञान पाहून मला त्याच्याविषयी फारच कौतुक वाटू लागले.

एके दिवशी रात्री आम्ही दोघेही असेच पानाचे तोबरे भरून पिचकाऱ्या टाकत बसलो होतो. शिकवणीला अद्याप सुरुवात व्हायची होती. दोघांचीही तोंडे बंद झाल्यामुळे अभ्यासाचे काम थोडेसे लांबणीवर पडले होते. पिचकारी टाकून थुंकल्यावर तोंड थोडा वेळ मोकळे होत असे. पण तेवढ्या वेळात अभ्यास करणे जमण्यासारखे नव्हते. म्हणून इकडल्या तिकडल्या गप्पा करीत होतो.

मग व्यंकू म्हणाला,

"मास्तर आज जरा लवकर जातो बरं का मी."

व्यंकूचे तोंड मोकळे असले, तरी माझे नव्हते. म्हणून मी कुत्र्यासारखे वर तोंड करून मुखरस सांभाळीत म्हणालो,

"का रे, का?"

"आज कने, नवाच्या ठोक्याला तमाशाचा फड हुभा ऱ्हायचा हाय भायेर. तकडं जावं म्हनतोय."

गेले चारपाच दिवस गावाबाहेरच्या बहिरोबाची जत्रा भरली आहे आणि तिथे नाना करमणुकी चालल्या आहेत, हे मला माहीत होते. कुठल्या तरी एका तमाशाचा फड आला आहे, हेही माझ्या कानावर होते. पण तमाशा मी चुकून कधी पाहिला नव्हता. तो बघण्यासारखा नसतो, एवढेच ज्ञान त्याच्याविषयी मला होते. त्यामुळे व्यंकूने तमाशाला जातो, म्हणून सांगितल्यावर मला त्याच्याविषयी काळजी वाटू लागली. या पोराचे मन वळवले पाहिजे आणि त्याला सुधारले पाहिजे, असे मी ठरवले. मग मी लांबलचक, पल्लेदार पिचकारी सोडून म्हणालो,

"छीः छीः! व्यंक्या, गाढवा तू तमाशाला जाणार?"

व्यंकू मान हलवून गंभीरपणे म्हणाला, "होय मास्तर."

"तमाशा पूर्वी पाहिला आहेस का कधी?"

"नेहमी. एक वारी चुकवली नाही अजून म्या."

व्यंकूचे हे बोलणे ऐकून मला धक्का बसला.

''काय म्हणतोस काय तू?''

''आज आठ वर्सं झाली मास्तर. एक फड चुकला न्हायी.''

असे म्हणून त्याने दोन्ही मांड्यांची ढोलची करून त्या हाताच्या बोटाने बडवायला सुरुवात केली. तो पुढे एखादे मार्मिक गाणेही तोंडातून बाहेर काढण्याच्या बेतात होता. पण तेवढ्यात मी दुःखाचा आवाज काढून म्हणालो,

''अरेरे... व्यंकू, काय हा तुझा अधःपात!''

''म्हणजे काय मास्तर?''

''अधःपात म्हणजे – आपलं हे... बरं ते असू दे. यापुढं तमाशाला जाणं बंद. समजलं?''

''का बरं?''

''अरे, तमाशा फार वाईट असतो. चांगल्या माणसानं कधी बघू नये.''

''का बरं बगू ने? काय वाईट असतं त्यात?''

व्यंकूचा हा प्रश्न ऐकून माझी दातखिळी बसली. त्याच्या त्याही प्रश्नाचे उत्तर मला सांगता येण्यासारखे नव्हते. मी गप्प राहिलो हे बघितल्यावर त्याला इसाळ आला.

''मास्तर, तमाशासारखी फस्कलास गोष्ट न्हायी दुनवेत. माणूस नुसतं उलथंपालथं होतं बगितल्यावर.''

''ते कसं काय?''

''तीच तर गंमत हाय. मेंढरासारकी मानसं पळत्यात तकडं, ती काय बिनटाळक्याची आसत्यात काय? तिकटं बंद हुत्यात. बसाया जागा मिळत न्हायी. नुस्ती मानसं, मानसं, मानसं. उगी पेटल्यावानी दिसतं जकडंतकडं.''

व्यंकूने सांगितलेल्या या माहितीमुळे मला बरेच आश्चर्य वाटले. तमाशा हा फार चावट प्रकार असल्यामुळे लोक तिकडे बिलकुल फिरकत नसतील, अशी माझी कल्पना होती. तमासगिरांना कुणी दारापाशीही उभे करीत नसतील, असे मला वाटत होते. आणि हा तर सगळे उलटे सांगत होता. एकूण या विषयातलेही माझे ज्ञान चुकीचे होते काय?

व्यंकू म्हणाला,

''मास्तर, तुमी एकदा बगाच तमाशा. उगं आपली गंमत म्हणून एकदा बगा. आज तर चौरंगी सामना हाय. हूं जाऊ द्या. बगा अन् मग सांगा. चांगला का वाईट त्ये!''

व्यंकूचे हे सगळे बोलणे मला एकदम पटले. कुणालाही पटावे, असेच त्याचे बोलणे होते. कुठलीही गोष्ट स्वतः पाहिल्याशिवाय तिच्यासंबंधी बोलू नये, हे त्याचे

म्हणणे अगदी योग्य होते. आपण बघून ठरवावे हे चांगले. इतकी माणसे बेधडक तिथे जात असतील, ती काय गाढव म्हणून? छे! छे! माझ्या समजुतीत मुळातच काही चूक असावी.

माझ्यासारख्या भिडस्त माणसाच्या मनात असे विचार आले आणि तमाशाला जाण्यावाचून आपल्याला गत्यंतर नाही, असे मी ठरवले. इतके झाल्यावर आता मी नाही म्हणायचे, हे बरे नव्हते. अशाने त्याला फार वाईट वाटले असते. त्यापेक्षा जावे हे उत्तम! निदान त्याचे तरी समाधान होईल.

मी कोटटोपी घातली आणि म्हणालो, ''चल. तू आता म्हणतोस आहेस एवढं, तर चल. तुझं तरी समाधान होऊ दे.''

पाटीदप्तर टाकून व्यंकू ताडकन् उठला. धोतर नीट खोचत मला म्हणाला, ''भले मास्तर! अशी इरेसरी पायजे. धापैकी धा मार्क तुमाला.''

''पण मला समजेल ना सगळं? पहिल्यांदाच येतो आहे, म्हणून विचारतो.''

''तुमी चला तर खरं.''

असे म्हणून त्याने एक डोळा मिचकावला, तेव्हा मला फारच गंमत वाटली. मग मी त्याला दोन डोळे मिचकावून दाखवले. उगी आपले गमतीने आणि आम्ही लगबगीने बाहेर पडलो.

तो म्हणाला ते काही खोटे नव्हते. कनातीत ही गर्दी उसळली होती. माणसांच्या अंगावर माणूस नुसते पडत होते. बंदुकीत दारू ठासून भरावी, त्याप्रमाणे ठासून भरली होती. कोंगाड्यांसारखा कलकलाट चालला होता. पण कार्यक्रम सुरू झाल्याबरोबर कसे गपगार झाले. आम्ही दाटीवाटीत कसेतरी जाऊन दोन पायांवर बसलो होतो. पायाला अशी रग लागू लागली, की फार वेळ बसवेल असे वाटेना. पण गणगौळण संपली आणि मागून इतक्या गमतीदार गोष्टी घडू लागल्या की, पार सगळे विसरून गेलो. झकपक पोशाख केलेल्या तरुण बायका, पोरी अशा नखऱ्याने बोलत होत्या आणि नाचत होत्या म्हणता! काही विचारू नका. तो सोंगाड्या असलेला माणूस मधेमधे त्यांच्याजवळ जाऊन असे काही मजेदार चावट बोलत होता की, मला वाक्यावाक्याला गुदगुल्या होत होत्या, हसू कोसळत होते. मधेच हातवारे करून तो काही तरी चमत्कारिक अभिनय करीत होता. त्या वेळी त्या बायका अन् लोक भयंकर हसायचे. मला काही त्या अभिनयाचा अर्थ कळला नाही. पण त्यामुळे अंगाला काही तरी गुदगुल्या होतात, एवढे मात्र पक्के ध्यानात आले. शिवाय व्यंकू अधूनमधून माझ्या कानात कुजबुजत होता आणि माहिती सांगत होता, 'ही कोपरगावकरीन. ही जुन्नरकरीन. अलीकडं हिची बाडी लई स्ट्रांग झालीय. पण पयल्यांदा अशी नव्हती. ही पुनेकरीन. हा तासगावचा सोंगाड्या यशवंता. समद्या सोंगाड्यात बेनं हाय...' असली उपयुक्त माहितीही पुरवत होता, त्यामुळे हा

कार्यक्रम एकंदरीत मला फारच सुरस वाटला. त्या बायका नाचत असताना मधेच डोळ्यांची मजेदार हालचाल करीत, तेव्हा लोक हलकल्लोळ करीत, शिट्ट्या वाजवीत. व्यंकू तर लेकाचा पहिल्यापासून एकसारखा शिट्ट्या ठोकत होता. मला त्याचा त्या वेळी फारच हेवा वाटला.

हा सगळा कार्यक्रम पाहत असताना मी स्वतःला पार विसरून गेलो होतो. धुंदीच्या समुद्रात बुडाल्यासारखे वाटत होते आणि त्या बुडण्यातच कसले तरी अपार सुख वाटत होते. शेवटी एकदोन वाजता सगळे संपले. दुखऱ्या पायांनी मी घराकडे परत आलो आणि अंथरूण टाकून पडलो, तरी माझ्या डोळ्यांसमोरून ती रंगदार दृश्ये हलत नव्हती. मनात नाना विचार येत होते. खरोखर लोक उगीचच एखाद्या गोष्टीला नावे ठेवतात. आता या तमाशात वाईट काय होते? चांगल्या सुरेख सुरेख बायका येतात, गाणी म्हणून आपली करमणूक करतात, नाचतात. आणखी काही काही करतात. अंगावर काटा उभा राहील, असे काही काही बोलतात. त्यातले काही समजत नाही म्हणा. पण त्यात वाईट काय होते?....

या अशा विचारात मी पुढची रात्र आणि दिवस घालवला आणि मग पुढे दोनचार दिवस व्यंकूशी याच विषयावर गंभीरपणे चर्चा केली. तमाशा मी पाहिला, ही गोष्ट खरी. पण त्यातल्या अनेक गोष्टी आणि अनेक बोलणी मला नीटशी समजली नव्हती. त्यामुळे त्या शंकांचे त्याच्याकडून निरसन करून घेणे, हे मला आवश्यक वाटले. या सगळ्या चर्चेचा निष्कर्ष इतकाच निघाला, की करमणुकीच्या या प्रकारात नव्या माणसाला न समजणाऱ्या गोष्टी पुष्कळ असतात. त्यांचा अर्थ शब्दांनी समजावून घेता येत नाही. त्यासाठी पुन्हा पुन्हा तिकडे वळणे, हाच एकमेव तोडगा होय. चर्चेचा निर्णय अशा रीतीने लागल्यामुळे नि तमाशाच्या फडाचा मुक्कामही थोडाच उरल्यामुळे मला रोज रात्री कनातीत हजेरी देणे भागच पडले. रात्ररात्र जागून न कळणाऱ्या गोष्टींचे अर्थ लावत बसावे लागले. ते करता यावे, म्हणून सकाळ-संध्याकाळची मेहनत बुडवावी लागली. शरीराचा बांधेसूदपणा गमवावा लागला. गुरुचरित्र आणि मारुतिस्तोत्र ही उत्तम पुस्तके पेटीत कुलूप घालून ठेवावी लागली आणि आणखी बऱ्याच गोष्टी कराव्या लागल्या! सुदैव एवढेच की, माझ्या या कार्यक्रमात व्यंकू सदैव माझ्याबरोबर राहिला. त्याने वेळोवेळी मला संदर्भासहित स्पष्टीकरण करून सांगितले आणि मला बहुमोल मदत केली. त्यामुळे माझे या विषयातले अज्ञान हळूहळू नाहीसे होऊ लागले. माझ्या सरळसोट डोक्यात प्रकाश पडू लागला आणि उत्तरोत्तर मी ज्ञानी पुरुष बनत चाललो.

एके दिवशी रात्री 'कोपरगावकरीन', 'जुन्नरकरीन' इत्यादी बहुमोल विषयांवरील चर्चा नेहमीप्रमाणे बराच वेळ करून माझा हा गुणी विद्यार्थी निघून गेला होता आणि मी डोळे मिटून लावणीची एक ओळ गुणगुणत अंथरुणावर लोळत पडलो होतो.

कंदिलाचा बारीक केलेला प्रकाश खोलीत अंधूकपणे पसरला होता. उजेडाची एक लहानशी तिरीप माझ्या डोळ्यावर येत होती. बाहेर काळाकुट्ट अंधार पडला होता आणि मी फार अस्वस्थ झालो होतो. कधी या कुशीवर वळावे, कधी त्या कुशीवर वळावे, असा सारखा चाळा करीत होतो. झोप कशी ती लागतच नव्हती. डोक्यात नाना विचार येत होते. हे विचार कसले, हेही नीटसे समजत नव्हते आणि उगीचच काहीतरी चमत्कारिक वाटत होते. खोलीतला एकटेपणा खायला उठत होता. डोके चढल्यासारखे झाले होते. फार म्हणजे फारच चमत्कारिक वाटत होते.

तेवढ्यात दारावर बाहेरून कुणी तरी खडखड केले.

मी दचकून उठून बसलो. डोळे बारीक करून अदमास घेतला. म्हणालो, ''कोण आहे?''

बाहेरून मंजूळ आवाजात कुणी तरी म्हणाले,

''मी हाय. इंद्रा.''

कंदिलाची वात मोठी करून मी दार उघडले. दिव्याच्या उजेडात न्याहाळून बघितले.

दाराच्या एका अंगाला एक तरणीबांड, धिप्पाड बाई उभी होती. गोरीपान, अगदी हळदीच्या रंगासारखी. उफाड्याच्या अंगाची आणि उगीचच भिरीभिरी नजर फिरवणारी.

मला दरदरून घाम सुटला, भीती वाटली आणि आणखीही काहीतरी वाटले. या अपरात्री, अशा वेळेला या मोहनेचे माझ्याकडे काय काम असावे बरे?

कापत कापत मी विचारले, ''कोण पाहिजे?''

निऱ्यांचा घोळ झोकात उचलून खणखणीत आवाजात ती म्हणाली,

''मालक हायती का आमचं आत?''

मी माझ्या खोलीत मागे वळून पाहिले. अगदी निरखून पाहिले. पण मालकच काय, कुणी नोकरही माझ्या खोलीत दिसत नव्हता. माझ्या खोलीत त्या एकट्या पोराखेरीज दुसरे कुणी येऊनही गेले नव्हते. मग हिचा मालक कोण असावा?

''कोण मालक?''

यावर ती बाई खुदकन हसली. अशी हसली, की माझ्या काळजाचे पाणी पाणी झाले.

मानेला झटका देत देत ती म्हणाली, ''आमचं मालक तुमच्याकडंच येत्यात नव्हं?''

''नाही बुवा?''

''आँ? त्ये तर म्हनत होतं –''

''काय?''

''तुमच्याकडं शिकवनीला जात असतो म्हणून.''

मी जागच्या जागीच खिळून उभा राहिलो. म्हणजे ही बाई व्यंकूबद्दल तर बोलत नव्हती?

"कोण? व्यंकू काय?"

"व्हय त्येच." ती बाई तोंडाचे वेडेवाकडे हावभाव करीत म्हणाली. बहुधा यालाच मुरका म्हणत असावेत! व्यंकूने मला त्याची लक्षणे एकदा सांगितली होती. मला बरोबर आठवले.

"बरं बरं, त्याचं काय?"

"अवं रोज ह्या टायमाला घराकडं येत्यात अन् आजच आलं न्हायीत. म्हून पुसाया आले मी."

"आसं आसं."

"मंग?... गेलं काय त्ये?"

"मघाशीच गेला तो. पुष्कळ वेळ झाला."

"कुटं बसलाय मुडदा मधीच कुनास ठाऊक."

असे म्हणून त्या बाईने भुवया उडवल्या. थोडा वेळ विचार केला आणि मग पायाचा झपाटा मारला. दाणदाण पावले वाजवीत ती त्या अंधारात नाहीशी झाली.

त्यानंतर दिवसभर मला दुसरे काही सुचले नाही. ही बाई कोण असेल? तिने व्यंकूची चौकशी कशाला केली असावी?

रात्री व्यंकू शिकवणीला आला. मी घोगऱ्या आवाजात विचारले, "व्यंकू –"

"काय?"

"काल कुठली बाई आली होती रे चौकशी करायला तुझी?"

व्यंकू दचकून म्हणाला,

"बाई? आन् कधी?"

"फाजीलपणा करू नकोस. काल इथं आली होती ती."

"काय म्हणत होती?"

"तुझी चौकशी करीत होती. तू कुठं गेलास म्हणून विचारलं तिनं."

"च्या बायलीला. हितं येऊन कशाला धडपडली आणखीन?"

व्यंकू असे म्हणाला खरे; पण मग त्याने हातभर जीभ बाहेर काढून ती चावली आणि खाली मान घातली. त्याच्या या मर्यादशील स्वभावाचे मला फारच कौतुक वाटले.

"कोण होती रे ती?"

पण माझ्या त्या गरीब विद्यार्थ्याकडून काहीच उत्तर आले नाही.

मी पुन्हा विचारले, "तुझी बायको होती का ती?"

व्यंकूने मान हलवून 'नाही' म्हणून सांगितले. म्हणाला, "माजं लगीनच झालेलं न्हायी मास्तर अजून. असं कसं इचारताया तुमी तरी?"

"मग?"

मी जेव्हा त्याचा पिच्छाच पुरावला, तेव्हा तो मान खाली घालून बराच वेळ गप्प बसला. मग घुटमळत चाचरत म्हणाला,

"ती बाई म्हंजे बगा मास्तर –"

"हं."

"मास्तर, ती बगा –"

"हं."

"ती मास्तर बगा –"

मी संतापून म्हणालो, "मास्तरनं बघितली कालच. गाढवा, पुढे बोल."

"ती बाई –"

"हं."

"मी – ठेवल्याली हाय मास्तर."

"तू?"

"व्हय."

व्यंकूने दिलेल्या या उत्तरामुळे माझ्या मनावर बराच ताण पडला. त्याच्या बोलण्याचा अर्थ समजून घ्यायला मला बराच वेळ लागला. सभोवती काय चालले आहे, ते थोडा वेळ मुळीच कळले नाही. मग भानावर येऊन मी उठून बसलो. त्याच्याकडे टक लावून पाहत राहिलो. घसा खाकरून आश्चर्याने म्हणालो,

"व्यंकू, गड्या, हे तू जमवलंस तरी कसं?"

माझ्यापुढे या गोष्टीची कबुली देताना व्यंकू पहिल्यांदा थोडासा बिचकला होता. पण मी इतक्या सरळपणाने हा प्रश्न विचारला की, तो खुलला आणि तोंडातली तंबाखू संभाळीत त्याने सगळी कथा मला सांगितली. ही कथा बरीच लांबलचक होती. पण तिचे तात्पर्य इतकेच होते की, ही बाई परजातीतली असून त्याच्या जातीत अलीकडेच शिरलेली होती. तिलाही बिचारीला कोणी नव्हते आणि व्यंकूलाही तूर्त कुणी नव्हते. दुष्काळाच्या कामाच्या वेळी ती व्यंकूच्या बापाकडे कंत्राटात कामाला होती आणि तेव्हापासून व्यंकूने त्या भल्या बाईला आश्रय दिला होता. गेल्या वर्ष दीड वर्षापासून व्यंकूचे तिच्याकडे खाते होते. अगदी स्वतंत्र खाते होते.

ही सर्व हकिकत मी मन:पूर्वक आणि लक्ष देऊन ऐकली. आणि मग माझे अंत:करण भरून आले. आपल्या विद्यार्थ्याने एवढा मोठा पराक्रम करावा आणि आपल्याला त्याची दखल असू नये, याची मला फार खंत वाटली. मघाशी एकटा असताना मला जसे अगदी चमत्कारिक वाटत होते, तसे काहीतरी चमत्कारिक पुन्हा व्हायला लागले.

पण दुसऱ्याच क्षणी मला माझे कर्तव्य आठवले. या उनाड मुलाला सुधारायचे

आणि सन्मार्गावर आणून सोडायचे, ही मी घेतलेली जबाबदारी मला हळूहळू आठवू लागली आणि मी सावरून बसलो. पूर्वीचा अनुभव माझ्या जमेला होता. सरळ उपदेश करून त्याचे मन वळवणे, ही गोष्ट जमण्यासारखी नव्हती. मी काहीही सांगितले, तरी हा जिज्ञासू विद्यार्थी मला प्रश्न विचारणार आणि त्या प्रश्नाचे उत्तर आपल्याला जन्मातही देता येणार नाही. मग काय करावे बरे?....

मनाशी असा बराच वेळ विचार केला. तोपर्यंत व्यंकूचे दोन-तीनदा पान खाऊन झाले. मीही त्याच्याकडून पान मागून घेतले आणि तंबाखू तोंडात टाकून ती दाढेला धरीत म्हणालो,

"व्यंक्या –"

"काय मास्तर?"

"याचे तोडगे तरी काय असतात मला सांग!"

"कशाचे?"

"या गोष्टी जमवायचे."

माझा हा प्रश्न ऐकल्यावर त्या ज्ञानी विद्यार्थ्याने माझ्याकडे क्षणभर टक लावून पाहिले. त्याच्या दृष्टीत थोडीशी संशयाची छटा असावी. पण माझा चेहरा तपस्व्यासारखा गंभीर होता. ते पाहून तो शांत झाला. म्हणाला,

"तुमाला ते कशापायी पायजेत?"

"उगीच आपलं. सहज."

"मग सांगतो."

"सांग."

"अगदी कंप्लेट सांगतो मास्तर."

असे म्हणून व्यंकूने घट्ट मांडी घातली आणि पान थुंकून टाकून तोंड मोकळे केले. मग एक तासभर अस्खलितपणे तो बोलत राहिला. आपले सगळे अनुभव आणि ठोकताळे त्याने सांगितले. त्याच्या त्या बोलण्यावरून मला एवढे कळले की, या मोहिमेवर निघणारा माणूस घट्ट काळजाचा आणि बेरकी असणे अगत्याचे असते. प्रसंगी जोडेपट्टी व्हायची पाळी आली, तरी ती पचवायची त्याच्यात ताकद पाहिजे. सुरुवातीला चार चांगली ठिकाणे हेरून तेथे अष्टौप्रहर गस्त घालण्याचे काम त्याने अत्यंत चिकाटीने आणि निरलसपणे केले पाहिजे. या प्रकारच्या बायका रस्त्याने ठुमकत चालतात, तिरप्या नजरा टाकीत फिरतात आणि उगीचच खुदकन हसतात. अशा बाईचा शोध लावणे हे पहिले काम. त्यानंतर त्यांच्या घराचा ठावठिकाणा लावणे, तिथे डोळ्यात तेल घालून पहारा करणे, त्यांच्या जाण्यायेण्याची ठिकाणे पाहून ठेवणे. या गोष्टी बेताबेताने सुरू कराव्या लागतात. मग हळूहळू जमते. हे सगळे पथ्य नियमितपणे पाळावे लागते. वेळप्रसंगी चार पैसेही खर्च करावे

लागतात. हे प्रकार एकदा पार पडले म्हणजे संपले, तुमचे काम झाले. पण हे काम एकंदरीत फार कष्टाचे आणि जिकिरीचे असते. एखाद्या शिकाऱ्यासारखी तुमची दृष्टी शोधक आणि सावध असावी लागते. गैदीपण किंवा घाबरटपणा दाखवून आलेली संधी दवडणे, हे या शास्त्रात फार मोठे पातक समजले जाते. इतकेही करून जमले नाहीच, तर सुखदुःख समान मानून संथपणाने दुसरीकडे मोहरा वळवावा लागतो.

व्यंकूने सांगितलेली ही माहिती ऐकून मी तोंडात बोट घालण्याच्या बेतात होतो. पण तोंड पानाने भरलेले असल्यामुळे मला तसे करता आले नाही. तथापि एवढी गोष्ट खरी की, या लहानशा आयुष्यात माझ्या या विद्यार्थ्याने फारच बहुमोल अनुभव गोळा केले होते. त्याची किंमत कशानेही करता येण्यासारखी नव्हती.

प्रश्न विचारला, त्या वेळी माझ्या अंगात बराच उत्साह होता. पण ही सगळी माहिती ऐकल्यानंतर मला थोडासा घाम आला. चेहरा हताश करून मी म्हणालो, "गड्या, हे तू मला उगीच सांगितलंस."

"का बरं मास्तर?"

"मला या माहितीचा काय उपयोग?"

"का न्हायी?"

"मला हे सगळं जमेल असं वाटत नाही."

हे ऐकून व्यंकूचा चेहरा उजळला.

"मास्तर, हे अवघड शास्त्र हाय. पण तुमी कच खायाचं काम न्हायी. तुमी टैट राहा. तुमालाबी जमंल. केलं म्हंजे होतं."

आता मी त्याच्या कलानेच घ्यायचे ठरवले. म्हणून आनंदित मुद्रेने म्हणालो,

"खरं म्हणतोस?"

"अगदी खरं. आईच्यान् खरं."

"ठीक."

"असल्या बाया मास्तर, अर्जेंट वळखू येत्यात."

"ते एक बरंच आहे म्हणायचं."

"आता तुमी मास्तर पयल्यांदा असं करा –"

"कसं?"

"अं... तुमाला शिट्टी घालता येती का?"

मी शरमून म्हणालो, "नाही बुवा."

"अरारारारा...."

"काय झालं?" मी घाबरून विचारले. "शिट्टी वाजवायला आलीच पाहिजे म्हणतोस?"

"तर!... अवो, त्याशिवाय फुडं एक पाऊल टाकाया यायचं न्हायी तुमाला. दर

ठिकाणी त्याची जरवर लागणार. घरापाशी लागणार, देवळाशी लागणार, वढ्यात लागणार –''

हे शीळ-प्रकरण एकूण महत्त्वाचे होते. व्याकरण आल्याशिवाय जशी भाषा नीट येत नाही, तसेच हे होते म्हणायचे! आधी शुद्धलेखन, मग लेखन. हे शाळेतले तत्त्व मला आठवले आणि व्यंकूचे म्हणणे मला पटले.

मग मी म्हणालो,

''खरी गोष्ट, पण त्यावाचून अडून कसं चालेल? तूर्त बाजारातील शिट्टी आणून वाजवली तर चालेल का?''

''छट्... त्यानं काय हुनार?''

''माझी स्काऊटची शिट्टी आहे. छान वाजते. ती आणू का?''

माझ्या या बोलण्यावर व्यंकूने मान हलवून निषेध व्यक्त केला. तेव्हा मी गप्प बसलो. तोही गप्प बसला. मनाशी विचार करीत राहिला. मग पाटीदप्तर उचलून म्हणाला, ''उद्यापासून पयल्यांदा हे काम शिकायचं मास्तर. मग फुडचं फुडं.''

आणि निघून गेला.

त्यानंतर पुढच्या चारआठ दिवसांत आमचा हा कार्यक्रम रोज चालला. गावाबाहेर माळावर जाऊन आम्ही दोघेही शिट्ट्या वाजवीत बसू लागलो. दोन्ही हातांची दोन बोटे जिभेला लावून आणि जीभ आत वळवून मी तोंडाला फेस येईपर्यंत शिट्टी वाजवत राहिलो. दहापंधरा दिवसांतच माझ्या मुखातून कर्णकर्कश आवाज बाहेर पडू लागला आणि त्यामुळे आसपासचे सगळे वातावरण दुमदुमून जाऊ लागले. अहारोत्र मला शिट्टी वाजवण्याचा नाद जडला. त्या काळात झोपेतसुद्धा मी शिट्टी वाजवीत होतो, असे मला आढळून येऊ लागले. कारण झोपेतून जेव्हा मी जागा होई, तेव्हा माझी दोन्ही हातांची बोटे तोंडात खुपसलेली दिसत. फार काय, शाळेतही मी एकदा शिट्टी वाजवून दाखविली, तेव्हा पोरांनी शाळा डोक्यावर घेतली. खुद्द व्यंकूने मला शाबासकी दिली.

अशा रीतीने त्याच्या देखरेखीखाली या शास्त्रातले शुद्धलेखन मी शिकलो. पहिला धडा पूर्ण झाला, दुसऱ्या धड्याची वाट पाहू लागलो.

पण पुढचे धडे व्यंकूकडून घेण्याचा माझ्यावर प्रसंगच आला नाही.

एके दिवशी नेहमीप्रमाणे तो माझ्याकडे आला नाही. आणि मग दोन दिवस, चार दिवस गेले, आठवडा लोटला, तरीही तो आला नाही.

मी चौकशी केली तेव्हा कळले की, एकाएकी बोलावणे आल्यामुळे तो आजोळी गेला आहे. परत कधी येईल, याची निश्चिती नाही.

महिना-दीड महिना लोटला आणि तरीही तो आला नाही.

या दीड महिन्यात माझी पुष्कळच प्रगती झाली. पानतंबाखू खाऊन लावणीची

ओळ गुणगुणत मी काम करायला शिकलो. 'गुरूचरित्र,' 'शनिमहात्म्य' ही भाकड पुस्तके अडगळीत टाकून देऊन मी 'तोतामैना', 'गुलबकावली, 'शुकबहात्तरी' ही गमतीदार पुस्तके नियमाने वाचू लागलो. तोंडातली लाळ पुसत पुसत आणि वरचेवर जीभ काढीत वाचू लागलो. फार काय सांगावे, कुणाचीही भीती न बाळगता तमाशाच्या कनातीत एकट्याने जाऊन उभा राहू लागलो. मोठ्ठा आरडाओरडा करीत हसू लागलो. काही काही वेळा तर बेदरकारपणे मी तोंडात बोटे खुपसून कानठळ्या बसवणाऱ्या शिट्ट्याही फुंकल्या. एकंदरीत माझ्यात फारच सुधारणा झाली.

आणि मग एके दिवशी रात्री अचानकपणे व्यंकू खोलीवर आला. फार दिवसांनी माझा हा गुणी विद्यार्थी परत आला.

त्याच्या हातात पाटीदप्तर नव्हते. कपडेही झकपक नव्हते. चेहरा सुकला होता. उदास तोंड करून तो भिंतीला टेकून बसला. काही न बोलता बसला.

त्याला बघून माझा आनंद गगनात मावेना. तो गेल्यापासून मी काय प्रगती केली होती, हे मला त्याला सांगायचे होते. पण त्याची दुःखी मुद्रा पाहून माझी थोडीशी निराशा झाली. मीही गप्प बसलो.

असा थोडा वेळ गेला.

मग मी विचारले, "व्यंकू, कुठं रे होतास इतके दिवस?"

मान वर न उचलता खालच्या आवाजात व्यंकू म्हणाला, "मामाच्या गावी गेलतो."

"कशाला?"

"मामा आजारी होता."

"मग मेला काय?"

"त्याला काय धाड झालीया मरायला? हाय बरा. पण मला सोडता सोडीना."

"मग लेका, चेहरा का तुझा असा सुतकी?"

माझ्या एका प्रश्नाला उत्तर म्हणून त्याने एक लांबलचक शिवी दिली.

मी रागावलो. त्याच्याहीपेक्षा मोठी आणि मार्मिक शिवी देऊन म्हणालो, "गाढवा, मला शिवी देतोस?"

"तुम्हाला न्हायी हो मास्तर."

"मग?"

"च्या बायली, त्या बाईला हो आमच्या!"

"का बरं?"

"मास्तर... आज बगा इतक्या दिसांनी मी तिच्याकडं गेलो, बसलो. पण एक अक्षर बोलली न्हायी. मी तापलो, तर मुलाच गुरकावून बोलली. शेवटाला तर मला घराभायेर काढलं तिनं. कशी बायलीची जात हाय बगा."

व्यंकूचे हे बोलणे ऐकून माझे अष्टसत्त्विक भाव जागृत झाले. उचंबळून येऊन मी म्हणालो, ''हा नादच वाईट. आता पटलं का तुला?''

व्यंकू काही बोलला नाही. गप्प राहिला. बराच वेळ शांतता पसरली. मग तो म्हणाला, ''पण मास्तर, तिनं आसं कशापायी केलं आसंल?''

त्याला उत्तर देण्यासाठी मी घटकाभर थांबलो. शेवटी एक तरी प्रश्न व्यंकूने असा विचारला होता, की ज्याचे उत्तर मला देता येण्यासारखे होते! मग माझे सगळे सात्त्विक भाव जिरून गेले. छाती अभिमानाने फुगली. मान आपोआप ताठ झाली. मग अत्यंत सावकाशपणे मी म्हणालो,

''ती हल्ली माझ्याकडे असते.''

☐

हरवल्याचा शोध

रोहिण्या-मृगाचे पाऊस पडून गेले होते. त्यावर कडाक्याचे ऊन पडल्यामुळे राने हिरवळली होती. रानाचा ओलावा गुडघाभर आत गेल्यामुळे आणि मधूनमधून सारख्या सरी येत राहिल्यामुळे राने ओल धरून होती. चिखल कोठे वाळला होता, तर कोठे गाळ साचून राहिला होता. ओढ्यातून गढूळ पाणी वाहू लागले होते आणि त्यामुळे आठ महिने झोपून गर्जना करीत उठणाऱ्या कुंभकर्णाची आठवण होत होती. भाजल्या मातीचा ओला वास आता कोठे येत नव्हता हे खरे; पण नाना प्रकारच्या रानगवतांचे वास सगळीकडे सुटले होते आणि मन धुंद होत होते. अशा वेळी सासऱ्याच्या घोड्यावर बसून रपेट मारायला मी शिकत होतो. घोड्यावर बसायला मी नुकताच शिकलो होतो. आज दुपारच्या वेळी घोड्यावरून हिंडायची लहर मला आली होती.

आदल्या दिवशी रात्री पाऊस जोरदार पडला होता आणि सकाळी बुरंगट आले होते. आत्ता निघालो, त्या वेळीही आभाळ होतेच. जिकडेतिकडे पाणी पाणी झाल्यामुळे रस्ता असा निराळा राहिलाच नव्हता. त्यामुळे घोडे जिकडे जाईल, तिकडे मी निघालो. मोठ्या सडकेवरनं, गाडीवाटेनं, पायरस्त्यानं बराच वेळ हिंडलो. यापूर्वी इतका वेळ कुठल्याही जिवंत प्राण्यावर मी बसलो नव्हतो. पहिल्यांदा पहिल्यांदा तासभर मोठी गंमत वाटली; पण घोड्याच्या पाठीचा मणका हा आपल्या कल्पनेपेक्षा बराच टणक पदार्थ आहे. जीनमधून आणि कपड्यांमधूनही तो आपल्या मांसल भागात रुतू शकतो, ह्याची जाणीव जसजशी होऊ लागली, तसतसा मी अस्वस्थ होऊ लागलो. शिवाय कमरेवरचा शरीराचा भाग उचकी लागल्यासारखा दचकत होता आणि त्यामुळे अंगातली हाडे निखळून पडल्यासारखी वाटत होती. ती जाणीवही फारशी सुखदायक नव्हती. मांडी ताणून इतका वेळ एके ठिकाणी

बसणे बरेच जिकिरीचे आहे, असे वाटू लागले, तेव्हा मी परत फिरण्याचा विचार केला. पण घशाला कोरड पडली होती, म्हणून ओढा येईपर्यंत पुढे गेलो. ओढा आल्यावर लगाम खेचून घोडे रस्त्याच्या कडेला उभे केले. सावकाशीने खाली उतरलो.

ओढ्याच्या काठाला चारदोन पोरे पाण्यात हुंदडत होती. त्यांना बाजूला काढून मी धोंड्यावर बसलो आणि पाणी पिऊ लागलो.

पाठीमागे पोरांनी कालवा केलेला बघून मी चमकलो आणि मागे वळून पाहिले, तो घोडे मोठ्यांदा खिंकाळत होते आणि पोरे त्याचा लगाम धरून ओढीत होती. 'अरे अरे' करून मी तिथे येईपर्यंत घोडे पुढच्या दोन पायांवर उभे राहिले आणि एकदम जे भरधाव निघाले, ते रानात नाहीसे झाले.

एका पोराच्या व्हलपाडीत देऊन मी म्हणालो,

''गाढवा, लगाम कशाला ओढलास रे?''

त्या पोराने एकदम गळा काढला आणि भोकाड पसरले. त्याबरोबर शेजारच्या वस्तीवरनं दोन माणसे पळत तिथे आली.

''वा पाहुणे,'' त्यातला एक जास्त रानगट्ट्या होता, तो म्हणाला, ''लेकराला मारताय व्हय? लाजबीज न्हायी का कायी?''

''मग घोड्याचा लगाम ओढला तुमच्या लेकरानं –'' मी चिडून म्हणालो, ''माझं घोडं गेलं ना पळून!''

''अं अं – मला ती वादी पायजे घोड्याची'' ते लेकरू रडत रडत मधेच म्हणाले.

''द्यायची, द्यायची आं!'' तो प्रेमळ बाप त्याला खांद्यावर घेऊन त्याचा शेंबूड पुसून म्हणाला, ''वा राव, तुमी अपटुकेट माणसं आन् एवढं कळेना व्हय तुमास्नी?''

त्याच्या त्या बोलण्याकडे लक्ष देण्यात घोडे लांब जाण्याचा संभव असल्यामुळे मी तिकडे कान न देता धोतराचा काचा मारला आणि सद्रा धोतरात खोवून घोडा गेला त्या दिशेने रानात शिरलो. घोडे जरी पळाले होते, तरी रानात जाऊन ते उभे राहिले असते. त्यामुळे ते सापडण्याचा संभव होता. ताल ओलांडून मी गच्च रानात पाय टाकला आणि चिखल तुडवीत त्याच्या दिशेने गेलो. पळावे म्हटले, तरी रानात शक्य नव्हते. कारण रान पाण्याने चांगले भिजलेले होते आणि पाय ढोपरभर आत जात होता. एक पाय उचलावा, तर दुसरा आत जास्तच रुतावा. दुसरा हातांनी वर ओढस्तोवर पुन्हा पहिला अदृश्य व्हावा, असा प्रकार करीत मी सुमारे अर्ध्या तासाने घोड्याजवळ आलो. तोच ते पुन्हा उधळले आणि तालीवरनं खालच्या अंगाला गेले. अगदी पूर्ण दृष्टिआड झाले. जाताना पाठीवरचे खोगीर टाकून जाण्याचा उद्योगही

त्याने केल्यामुळे मला हातात खोगीर धरून रानातनं पाय उपशीत पुढे जावे लागले. अशा गतीने ते रान संपायला तास लागला. मग कुठे ताल लागली.

तालीच्या पलीकडे हिरवेगार गवत पसरले होते आणि मघाचाच ओढा वळून खळखळत होता. पलीकडच्या बाजूला तीनचार माणसे हातात धोतर धरून मासे पकडीत होती. त्यांना बघून मला हायसे वाटले. हातातले खोगिराचे ओझे खाली टाकून देऊन मी हुश्श करून बसलो. त्यांना हाक मारून विचारले,

''ओ पावणे, घोडं गेलेलं बघितलं का इकडनं?''

त्याबरोबर ती माणसे हातातले धोतर सोडून देऊन माझ्याकडे 'आ' करून बघू लागली. त्यांच्यातल्या एकाचे मिशांचे आकडे वळून गालावर आले होते आणि ओठाखाली दोन्ही आकडे मिळाल्यासारखे दिसत होते. त्यामुळे चेहऱ्यावर काळ्या बदामाचे चित्र मोठे झोकदार निघाले होते. दुसरा माणूस टरका होता आणि त्याची दृष्टी कोणीकडे होती, ही बाब वादग्रस्त होती. तिसऱ्याचा चेहरा कोल्ह्यासारखा होता. आणि आश्चर्य असे की, चौथा गडी हुबेहूब माणसासारखाच दिसत होता. त्याला कसलेही व्यंग नव्हते.

मी पुन्हा तोच प्रश्न विचारला, तेव्हा काळा बदाम म्हणाला,

''आँ?''

''नाही, घोडं गेलेलं बघितलं काय तुम्ही इकडनं?''

''या या, हिकडं या आधी.'' कोल्हा गडबडीने बोलला.

त्याबरोबर मला मोठी आशा वाटली आणि खोगीर घेऊन मोठ्या कष्टाने मी ओढा ओलांडून पलीकडे येऊ लागलो. वाटेत शेवाळ्यावरनं पाय घसरला आणि खोगिरासकट खाली पडल्यामुळे धोतर भिजले आणि चिखलाने थोडेसे बरबटले. खोगीर ओलेकच्च होऊन जड झाले. एवढी गोष्ट वगळली, तर मी अत्यंत सफाईने ओढा ओलांडून सुखरूप पलीकडे आलो.

काठावर आल्यावर जड खोगीर खाली टाकून मी उभा राहिलो. धोतराला लागलेली राड पुसून काढली आणि हात खंगाळून खाली टेकले. मग विचारले,

''कुणीकडनं गेलं म्हणालात घोडं?''

''कसलं होतं घोडं तुमचं?'' टरक्याने विचारले.

''जर्दी रंगाचं. कपाळावर पांढरा पट्टा आहे आणि खुरातही पांढरा आहे.''

''म्हणजे पंचकल्याणीच हाय म्हना की!'' चौथा माणूस बोलला.

मला काही कळले नव्हते. तरीसुद्धा मी 'होय' म्हटले.

''म्हणजे पुरुषभर उंचीचं?'' एकाने वर हात करून विचारले.

''हां हां.''

''आन् त्याचे कान निट्ट ताठ हायेत का आरबी घोड्यासारके?''

"आरबीच आहे घोडं ते." मी हुरूप येऊन सांगितले.

"आन् त्येच्या पाठीवर गोम हाये नव्हं का?"

"गोम?" मी गोंधळून म्हणालो, "गोम कुठली? मीच होतो त्याच्या पाठीवर."

त्यावर ती सगळी थोर माणसे मोठमोठ्यांदा हसू लागली.

"थुत् त्येच्या!" काळा बदाम बाजूला पिचकन् थुंकून म्हणाला, "अवं, घोड्यावर बसताय आन् गोम ठावं न्हायी तुम्हास्नी?"

मग चौथ्याने घोड्याच्या पाठीवर गोम असते म्हणजे काय, ते मला समजावून सांगितले आणि म्हटले,

"काडा राव, पान काडा असलं तर."

मला इतकी माहिती पुरवणाऱ्या माणसांना पान न देणे कसे शक्य होते? मी खिसा चाचपून चंची काढली आणि त्या सगळ्यांना पाने दिली. तिसऱ्याने पानाला चुना लावीत म्हटले,

"तसला घोडा तर इनामदाराचा हाय."

"इनामदाराचच आहे!" मी सांगितले.

"आँ? आन् तुमी कोन त्यांचे?"

"जावई."

"आसं व्हय? मंग मेळ बसला. तरी म्या म्हनलं, आसं कसं?"

त्यांचे पान खाऊन झाले होते. ते बघून मी मुद्द्याला हात घालण्याचा प्रयत्न केला.

"मग? कुणीकडनं गेलं म्हणता घोडं?"

"घोडं?" कोल्हा दचकून म्हणाला, "आन् हिकडनं गेलं म्हून कुनी सांगितलं तुमास्नी?"

मी गांगरून जाऊन म्हणालो,

"आँ? आत्ता तुमीच तर इतका वेळ –"

"व्हय. पर त्ये घोडं कसलं होतं म्हून इच्चारलं आपलं. हिकडनं कधी गेलं त्ये – नाय बा."

"न्हाय न्हाय. इकडनं गाडावबी गेलं न्हायी, मग घोडं कुटनं जातंया?" चौथ्याने दुजोरा दिला.

गाढव गेले नाही म्हणून घोड्यानेही जाऊ नये, हे त्यांचे तर्कशास्त्र मला काही कळले नाही. पण हे लोक रिकाम्याराणी चौकशी करताहेत, एवढे मात्र मला समजले. मुद्देसूद आणि खरे न सांगण्याच्या त्यांच्या या अपूर्व वृत्तीबद्दल मनात आश्चर्य करीत मी पुढे निघालो. रानाची एक लहानशी पट्टी ओलांडून मधल्या तालीवरनं चाललो. डोळे ताणून चोहीकडे पाहिले. पण घोडेच काय, घोड्याचे शेपूटही कुठे दिसले नाही. ओल्याचिंब झालेल्या त्या तालीवरनं खोगीर नेणे म्हणजे

सर्कशीतला एक नामांकित प्रयोग करण्यासारखे होते. म्हणून मी ते ओले खोगीर तिथेच टाकले आणि गवत तुडवीत पुढे गेलो.

वळण घेतल्यावर आत रानांत एक पोक्त बाई काही तरी इकडेतिकडे करीत वाकलेली दिसली. तिला पाहून मी हाक मारली,

"मावशीबाई!"

मावशीबाईने हातचे काम टाकून माझ्याकडे पाहिले, तेव्हा मी म्हणालो, "एखादं घोडं गेलेलं बघितलंय का हो तुम्ही?"

आपला चिखलाचा हात वर करून तिने कपाळाला आडवा लावला आणि माझ्याकडे निरखून पाहिल्यावर विचारले, "घोडं? कसलं होतं?"

एवढे बोलल्यावर तिला खोकल्याची एवढी जबरदस्त ढास आली, की बराच वेळ तिच्या प्रश्नाला उत्तर देणे मला अशक्य झाले. तिला बहुतेक दम्याचा विकार असावा. बऱ्याच वेळाने ढास कमी झाल्यावर मघाच्या त्या शिळ्या प्रश्नाचे मी तिला उत्तर दिले,

"जर्दी रंगाचं, पांढऱ्या खुराचं, पंचकल्याणी होतं."

"कुठलं? इनामदाराचं काय?"

"होय हो. तेच."

"अन् तुमी कोन त्येंचं?"

"जावई."

"आँ!" हनुवटीवर हात ठेवून ती आश्चर्याने म्हणाली, "म्हणजे आमच्या मनीचा नवरा काय तू?"

"होय हो. पण ते घोडं –"

"म्हंजी वकील होणार हायेस त्योच ना तू?"

"मीच तो. पण ते घोडं –"

"मंग तुला कायदा कळतच आसंल?"

"न कळायला काय झालं?" मी हताश होऊन म्हणालो. या म्हातारीच्या कलाने घेतल्यावाचून तिच्याकडून माहिती मिळणे अगदी अशक्य होते. "तीच बुकं शिकतोय ना मी."

"मंग माजं एक कोडं सांग."

"कोडं?"

"कोडंच म्हणायचं की त्येला." म्हातारी जमिनीवर रेघोट्या ओढून म्हणाली, "म्हंजी आसं बघा, ह्यो तुकडा संदिपानाचा, ह्यांत शिरपती डोके, आन् मधी मी आन् माझा ल्योक."

"बरं मग?"

“ते दोघं हायती उगवती-मावळतीला. गंगामुखीला सोपाना शेळके आन् रामुसमुकीला इटोबा पोरे.”

“असू द्या. असू द्या.”

“तर माझ्या तुकड्यात यायला बघा वड्यातनंच वाट हाय. पर त्यो रस्ता हाय लई खराब. मग ह्यांच्या तुकड्यातनं मला गाडीवाट मिळेल का न्हायी कोरटात?”

“तशी कशी मिळंल?” मी म्हणालो, “नकाशात गाडीवाट ओढ्यातनंच दाखवली असली, तरी पुन्हा कोर्ट दुसऱ्याच्या रानातनं कशी वाट देईल?”

हे ऐकल्यावर म्हातारी एकदम चिडली. तिचा आवाज एकदम चढला. हातवारे करून, संतापून ती म्हणाली,

“वा रे वकील! आमच्या वकिलानं मला सांगितलंया की काम झालं पायजे आपलं म्हून. आन् तू म्हणतोस व्हनार न्हायी. लबाड बोलतोस व्हय रे? तुजं कध्धी चांगलं व्हायचं न्हायी बाबा, मी सांगते!”

आणि असे म्हणून तिने बोलून बोलून माझे पार भुसकट पाडले. इतके, की कुठून या बाईला माझे वकिली ज्ञान दाखविले, असे मला झाले. शेवटी गयावया करून मी तिची क्षमा मागितली, तिच्या वकिलाचे म्हणणे खरे आहे, हे नम्रपणाने कबूल केले आणि अगदी आदबीने पुढे चालू लागलो. आता यापुढे घोड्यासारख्या क्षुद्र वस्तूसंबंधी तिला सतावणे अगदी चुकीचे होते. एकूण मुद्देसूद आणि थोडक्यात बोलणे ही गोष्ट बरीच दुर्मीळ होती.

आता सूर्य मावळायला आला होता आणि आभाळ असल्यामुळे लवकर अंधार पडणार, हे दिसत होते. म्हणून मी घाईघाईने पुढे निघालो आणि दोनतीन राने ओलांडून पलीकडे गेलो. वाटेत जी दोनचार माणसे मला भेटली, त्यांना ‘घोडा’ या प्राण्यासंबंधी माहिती विचारण्याचा प्रयत्न मी केला. परंतु त्यातून मला जे पाहिजे होते, त्याशिवाय बाकी सर्व माहिती त्या लोकांनी मोठ्या आस्थेवाईकपणाने पुरवली. एकाने शेतकऱ्याची परिस्थिती कशी बिकट असते, ते जिव्हाळ्याने सांगून सरकारकडून तगई मिळण्याच्या कामात माझा काही उपयोग होईल की, काय याची चौकशी केली. एका तरण्याबांड उमदेवार गड्याने आपली बायकोशी का भांडणे होतात, ह्याचा वृत्तान्त सांगितला आणि ती मिटवण्याची विनंती केली. दुसऱ्याने “माझ्या रानात पाय टाकशील, तर बरगड्या बाहेर काढीन” असा दम भरल्यामुळे त्याच्याकडून विशेष ज्ञान मिळण्याचा योग मला लाभला नाही. पण तो माझ्यासारख्या अनोळखी माणसाला असे का बोलला असावा, याचे रहस्य पुढे भेटलेल्या त्याच्या शेजाऱ्याने मला विस्ताराने समजावून सांगितले. त्याची तिसऱ्या लग्नाची बायको तरणी आहे आणि त्याच्या समजुतीप्रमाणे ती फार रूपस आहे; त्यामुळे कोणीही तरणा माणूस त्याच्या रानात शिरला की, त्याला संशय येतोच, हे तर त्या शेजाऱ्याने मला

तपशिलवार सांगितलेच, पण "ह्यो पठ्ठ्या खोडकी मोडतोय का न्हायी त्याची बघा तुमी!" अशी आपली प्रतिज्ञाही त्याने जाहीर केली... ह्या सगळ्या भानगडीत माझ्या घोड्याचा शोध ही गोष्ट अत्यंत क्षुल्लक होती आणि त्याची मातब्बरी त्यांच्यापैकी कुणालाच वाटत नव्हती, हे अगदी योग्यच होते. त्यामुळे त्याची फारशी खंत न बाळगता मी उभ्याआडव्या वाटेने पुढे जात राहिलो.

समोर एक कोप दिसली. तिच्या मेढीला टेकून एक म्हातारा बसला होता. चिलीम ओढीत आणि बाजूला थुंकत. त्याच्याकडे नुसते बघून मी पुढे चाललो, तेव्हा त्यानेच मला हळी दिली. मी थांबलो, हे बघून तो उठला आणि जवळ ठेवलेली काठी उचलून माझ्याकडे येऊ लागला. त्याच्या पाठीचे हाड कमानीसारखे वाकले होते आणि भुईकडे टक लावून काठी टेकीत टेकीत तो येत होता. त्याचे अंग थरथरत होते, त्यामुळे त्याच्या हातातली काठी इतकी हेंदकाळत होती, की त्याला काठीचा आधार असण्याऐवजी काठीलाच त्याचा खरा आधार होता, असे वाटत होते. त्याच्या हातापायाच्या शिरा वर आल्या होत्या आणि अंगाची कातडी सगळीकडे चुरगळलेली दिसत होती. चालतानासुद्धा त्याच्या तोंडातून लाळ बाहेर येत होती आणि ती तो धोतराच्या टोकाने पुसून टाकीत होता.

बोलायला दुसरे काही सुचेना, म्हणून एक हात कपाळावर आपटून मी म्हणालो,

"रामराम म्हातारेबुवा."

म्हाताऱ्याने तोंड उचलून माझ्याकडे पाहिले आणि विचारले,

"कोण पावणे हो? कुठं निघाला?"

आणि असे विचारताना तोंडातला सगळा थुंका त्याने माझ्या तोंडावर उडवला.

मी तोंडावरचा थुंका धोतराच्या सोग्याने पुसून काढला आणि बाजूला तोंड करून म्हणालो,

"घोडं चुकलं इनामदाराचं. ते हुडकतोय. मी त्यांचा जावई. घोडं जर्द रंगाचं, खुरात पांढरं आहे आणि कपाळावरही पांढरा पट्टा आहे. बहुतेक इकडच्या वाटेनं गेलं असावं. त्याच्या पाठीवर गोम आहे का नाही, हे मात्र मला माहीत नाही."

त्याने पुन्हा तेच प्रश्न विचारून मला सतावून सोडू नये आणि माझा वेळ घेऊ नये, म्हणून एका दमात ही सगळी माहिती मी त्याला सांगून टाकली.

ती ऐकून तो म्हणाला, "घोडं म्हणता व्हय? व्हय व्हय. गेलं खरं हिकडच्या रानातनं. तरी म्या म्हणतोय कुनाचं घोडं आसंल, कुनाचं घोडं आसंल?"

तो बोलेपर्यंत माझे तोंड पुन्हा थुंक्याने भरून गेले होते. त्यामुळे त्याच्याशी फारसे न बोलता पुढे जावे, असा शहापणाचा आणि धूर्तपणाचा विचार माझ्या मनात आला होता. पण घोडे त्याने पाहिले होते, ही गोष्ट फार अपूर्व होती. कारण

आतापर्यंत मला भेटलेल्या थोर इसमांच्या दृष्टिपथात ते क्षुद्र जनावर बिलकूल आले नव्हते.

"मग कुणीकडनं गेलं म्हणता?" मी मोठ्या आशेने विचारले.

"कोन मी? आन् मी कुनीकडं जातुया? म्या नुसतं बघटलं."

"तुम्ही नाही हो. घोडं." मी विचारले.

"हां हां, घोडं व्हय? म्हंजे त्याचं आसं झालं बघा –"

"कसं?"

"म्या बसलो हुतो का ततं मेडीला टेकून. आपलं चिलीम वडत हुतो. ह्या वक्ताला मी रोज वडतच असतो."

"हं."

"तर रानातनं पळाल्यावानी वाटलं कुनी. म्या म्हनलं कोन हाय? अवं, लई चोरापोराचा तरास झालाय बघा."

"आसं का?" मी पुन्हा तोंड पुसले.

"तर. गेल्या दोन सालापासनं तर लई हाय. डोळ्यात वाती घालून बघावं लागतंय सारकं."

"बरं, पण घोडं कुणीकडं गेलं?"

"तकडं गेलं बगा कुटं तरी." म्हातारा हात हवेत वर फिरवून म्हणाला. अखेर त्याला मुद्देसूद बोलायला लावण्यात मला यश आले होते. पण त्याने हात अशा रीतीने फिरवला होता की, दोन-तीन दिशा सहज मावत होत्या. नशीब, त्याने सगळीकडे गोल हात फिरवला नव्हता. आणखी थुंका झेलायची तयारी ठेवून मी विचारले, "नक्की सांगा की म्हातारेबुवा. कुणीकडं गेलं असंल?"

"आता मला म्हाताऱ्याला दिसतयं व्हय? साधारण ह्या हिकडं गेलं बगा."

असे म्हणून त्याने जो हात फिरवला, त्यात मघापेक्षा एक दिशा जास्त आली.

"पण घोडं तरी होतं का ते नक्की?" मी निराशेने विचारलं. होय, तेवढी जरी खात्री झाली तरी पुरे.

"आता ते मी काय सांगू? कुणी तरी पळत गेलं बघा."

"म्हणजे तुम्ही स्वत: पाहिलं नाहीच का?"

"मग त्येच तर सांगतुया तुमास्नी. म्या डोळ्यांनी काही बघटलं न्हायी. तुमी म्हनला म्हून म्हनलं घोडंच आसंल त्ये."

मी मान हलवून त्याचा निषेध करण्याचा प्रयत्न केला आणि पुढे जाऊ लागलो. फुकट वेळ खाल्ला म्हाताऱ्याने. आता अंधार व्हायला लागला. कसे पुढे जायचे? कोठे हुडकायचे? या अंधारात हरवणेसुद्धा फार कठीण गोष्ट; मग हरवलेले सापडणे तर फार लांबच. काय करावे या म्हाताऱ्याला? माहीत नाही म्हणाला असता

आधीच, तर इतका वेळ लांब गेलो नसतो का?

मी पुढे निघालो हे बघून, म्हाताऱ्याने पुन्हा हाक मारली.

"आवो आवो, .हकडं या, हकडं या."

काही महत्त्वाचे ऐकायला मिळणार, या कल्पनेने मी मागे वळलो. त्याशिवाय म्हाताऱ्याने मला मागे बोलावले नसते.

"काय?"

"तुमी इनामदाराचं जावईच न्हवं?"

मी मान हलवून 'होय' म्हटले.

"एक इचारायचं हुतं."

"आता काय आणखी?"

"म्हंजी तुमाला हुंडा किती दिला इनामदारांनी?"

या म्हाताऱ्याला हुंड्याशी काय करायचे होते? मला काही कळेना. पण विचारलेच आहे, तर सांगायला काय बिघडते, या विचाराने मी म्हणालो, "दिला दोन हजार."

"आरं तिच्या!" म्हातारा एखादी गुप्त गोष्ट कळल्याप्रमाणे म्हणाला. त्याने डोळे विस्फारले. तोंडाचा 'आ' केला.

"का हो? काय झालं?"

"बघा कसा इनामदार लबाड हाय त्यो. गावात सांगतुया की, पाच हजार दिला म्हून. तरी म्या म्हणलंच, की ह्यो इनामदार इक्ता पैका कुटला सोडायला? लई जिंद जात. लाकूड फुकाट मिळालं, तर सरणावर पडायला तयार व्हायचा गडी आन् पाच हजार कुठला देतोय. आत्ता खरं भाहिर पडलं."

यावर त्याच्याशी बोलायला मी थांबलोच नाही. सासऱ्याला दिलेली शिवी निमूटपणे पचवून पुढे गेलो. आता मात्र अंधार झाला होता आणि मला जपून खाली बघून चालावे लागत होते. चालून चालून कंटाळा आला होता म्हणून मी भराभर रान ओलांडून रस्त्यावर आलो आणि 'हुश्श्य' करीत रस्त्याच्या कडेला बसलो. इतक्या माणसांशी बोलून काय काय महिती मिळविली, याचे गणित करीत बसलो. बोलून बोलून तोंड दुखायला लागले होते. आता कुणालाही काहीही विचारायचे नाही, असे मनात ठरवून मुकाट बसलो. पण समोरनं एक बाई झपाझप येताना जशी दिसली आणि ती बरीच तरुण आणि देखणी आहे, असे जेव्हा ती जवळ आल्यावर ध्यानात आले; तेव्हा आपला निश्चय बदलणे अगदी आवश्यक आहे, असे मला वाटू लागले.

आता आभाळ भरून आले होते आणि अंधार चांगलाच होऊ लागला होता. आसपास पाहिले..रस्त्यावर कोणी नव्हते. तेव्हा रस्त्यावर तसाच बसून मी बोललो,

"ओ बाई –"

ती थांबली आणि म्हणाली, "का हो मालक?"

मालक? इतक्या गोड आवाजात आणि इतक्या अदबीने आतापर्यंत कोणीच माझ्याशी बोलले नव्हते. एकूण ही बाई मोठ्या थोर कुळातली आणि नम्र दिसते. तिला विचारले, तर ती मुद्देसूद सांगण्याचा संभव आहे.

"घोडंबिडं गेलेलं बघितलं का इकडनं?"

"घोडं? न्हायी बया. म्या न्हायी बघितलं."

आणि असे बोलून ती साळुंखीच्या आवाजाने बोलणारी बाई माझ्याकडे टक लावून बघू लागली. तिचे अंग गोरेपान होते आणि सरळ नाकाने त्या रंगाला मोठी शोभा आणली होती. तिची अंगलट चिंचेच्या फोकासारखी लवचीक वाटत होती आणि अंगोपांगावरून तिचा तरुणपणा रसरसत होता. उफाड्याच्या अंगाची आणि पुष्ट बांध्याची ती बाई एवढेच बोलली, थोडे थांबली. आणि पुढे चालू लागली. तिचे हे त्रोटक आणि केवळ मुद्द्यापुरते बोलणे पाहून मला मोठा राग आला. म्हणजे ही काय माणुसकी झाली? माणूस एवढे विचारते आहे अगत्याने आणि आपण खुशाल अंगाला झटका देऊन पुढे जायचे म्हणजे काय? कुणीही भेटले, तरी इकडेतिकडे बोलले पाहिजे माणसाने. चार गोड शब्द बोलायला काही खर्च होते का? पण तेवढेसुद्धा होत नाही माणसाच्या हातून. काय गंमत आहे!... म्हणजे ही काय रीत झाली म्हणायची!

मग मी तिला पुन्हा हाक मारून थांबवून घेतलं आणि तिच्याबरोबर चालत चालत सगळी हकिकत सांगितली. घोड्याचे सविस्तर वर्णन, त्याच्या खरेदीचा आकडा, माझे अश्वकौशल्य, त्याच्या पलायनाचा वृत्तान्त आणि मी केलेला शोध, सारे काही कळवळून आणि तळमळीने मी तिला सांगितले. नसले पाहिले घोडे म्हणून काय झाले? सांगितले तर वाया जाते थोडेच?

नंतर आवाज गोड करून मी विचारले, "तुझं नाव काय?"

तिने माझ्याकडे तिरप्या दृष्टीने पाहिले आणि सांगितले, "राधी."

"कुणाची तू?"

"नामा सावळ्याची."

"असं का? कुठं बस्ती आहे तुमची?"

तिने आपलं उजवा हात एका बाजूला केला. म्हणाली,

"त्या तकडं नव्हं का. ततंच आमी ऱ्हातो कोपीत. मी आन् माजा बा."

"बा काय करतो तुझा?"

"रानातच असतोय. पर आत्ता न्हायी घरी त्यो. गावात गेलाया. रातचाच यील आता त्यो."

मी विचारले होते, त्याहीपेक्षा अधिक माहिती तिने मला सांगितली आणि ती सांगितली जात असताना तिने मला चांगलेच न्याहाळून बघितले. बोलताना डोळ्यांची उघडझाप करण्याची तिची लकब तर फारच कौतुक करण्यासारखी होती. त्यामुळे तिने सांगितलेली माहिती बरीच महत्त्वाची आहे, हे माझ्या ध्यानात आले.

चेहरा विचारमग्न केला की, आपण फार आकर्षक दिसतो, असे माझे मत होते. म्हणून तसा चेहरा करून मी म्हणालो,

"आता कुठं हुडकावा बरं त्याला?"

"कुनाला? बाला माझ्या?" तिने विचारले.

"बाला नव्हं गं. घोड्याला."

"आं, आन् ह्या वक्ताला कुठं हुडकताय त्येला? रातचं गावायचं न्हायी. आन् वाटेनं चिकुलबी झालाया समदा. सकाळच्या पारीच बघा आता."

"ते झालं, पण –" असे म्हणून मी पुन्हा विचार करू लागलो. चालता चालताच आणि तिच्याकडे बघत बघत.

"मला काय पत्त्या न्हायी म्हणा." ती म्हणाली, "पर फार करून आमच्याच रानात गेलं आसंल त्ये."

आणि तिने डोळ्यांची गोड उघडझाप केली.

"असं?" मी आनंदाने म्हणालो, "कशावरून म्हणतेस?"

"ह्या अंगाला समदं आमचंच रान हाय. चुकली-माकलेली जनावरं तितंच येत्यात नेमकी."

असे म्हणून त्या थोर आणि सुशील बाईने माझ्याकडे बघून पुन्हा डोळे कमी-जास्ती केले. ते बघून मला गहिवर आला. या बाईने इतकी माहिती पुरवावी आणि आपण त्याचा काहीही फायदा घेऊ नये, हे मला अगदी कृतघ्नपणाचे वाटले. याच वेळी वीज चमकली आणि तिचे गोरेपान अंग नि मोहक बांधा पुन्हा माझ्या दृष्टीत भरला. ते बघून माझे अंग उगीचच शहारले आणि माझे घोडे तिकडेच गेले असले पाहिजे, याविषयी माझ्या मनात कसलीही शंका उरली नाही. घोड्याला कुठल्याही जनावरापेक्षा जास्त अक्कल असते. छे! छे! ते दुसरीकडे जाणेच अशक्य होते. मग त्या सुशील बाईला मी नम्रपणे विचारले,

"मग? आत्ता येऊ का तुझ्याबरोबर? सापडेल का घोडं?"

"चला की. न सापडायला काय झालं?"

"बरं चला."

असे मी नुसतेच म्हटले. उगीच आपले म्हणायचे म्हणून. नाही तरी चाललोच होतो बरोबरीने. आता जरा जवळून चाललो. कारण मी बरोबर येतो आहे, हे पटविण्यासाठी तसे करणे मला आवश्यक वाटले. शिवाय अंधारही झाला होता.

एखाद्या वेळी चुकामूक झाली असती त्यामुळे. म्हणून नाइलाजाने तिला खेटून चाललो. तीही सभ्य आणि नम्र बाई काही बोलली नाही. बाईमाणूसच शेवटी. अंधाराची भीती वाटली असेल... फार काय, ओल्या जागेवरनं चालताना तिचा पाय सारखा घसरू लागला, तेव्हा त्या थोर बाईला माझा हात हातात धरून रस्त्याने चालणे भागच पडले. मीही मोठ्या उत्साहाने त्या आपद्ग्रस्त स्त्रीला हात धरू दिला. हे सगळे करीत असताना माझे मन कसल्यातरी आनंदाने उतू चालले होते. हा आनंद कसला, ते मला कळेना. माझा घोडा सापडणार होता, त्याचाच बहुतेक तो आनंद असावा. मला त्या वेळी दुसरा हर्ष कशाने होणार?

आम्ही दोघेही सभ्य आणि सात्त्विक माणसे अशा रीतीने पुढे चाललो.

तेवढ्यात समोरून कुणी तरी येत असल्याची चाहूल लागली, तेव्हा तिने आपला हात सोडवून घेतला. बहुतेक निसरड्याची जागा आता संपली असावी. मीही थोडेसे अंतर ठेवून पाठीमागून चालू लागलो. अंधार असला म्हणून काय झाले! थोडेसे पाठीमागून चालले, तरी चालते. एवढे माणूस चुकते काय?

समोरून येणारा आवाज किंचित स्पष्ट झाला. कोणी तरी तीनचार माणसे समोरून येत आहेत, हे जाणवले. त्यांच्यामध्ये काहीतरी असल्यासारखे दिसत होते. थोडेसे जवळ आल्यावर मी डोळे ताणून कोण आहे, ते बघितले

– आणि आम्हा दोघाही निष्पाप जिवांचे चेहरे खरकन् उतरले.

कारण समोरनं आली, ती मला पहिल्यांदा भेटलेली चौघे माणसे.

– आणि मधी होते माझे घोडे!....

□

चकाट्या

द. मा. मिरासदार

शिवाजीमहाराजांच्या हस्ताक्षराने मास्तर व बाबांकडून
खिंडीत सापडलेला मोरेश्वर... जगबुडीचा प्रलय आला;
पण तो गावापर्यंत पोहचलाच नाही... भूतालाही न
घाबरणारे बाबा उंदराला घाबरतात तेव्हा... दगडू व
बाबूचा फोटो तर काढला, पण त्यांची छबी त्यात
उमटलीच नाही...
'स्वभाव' तो कोणाचाही असो, मग तो शेजारणीचा
असेल तर... जागेवर न जाता केला जाणारा पोलीस-
तपास... घराला रंग दिला; पण तो पेंटर नव्हे?...
शेतातून नवा रस्ता जाऊ नये म्हणून एकनाथला करावी
लागलेली तडजोड...
ढग कसे तयार होतात?... ग्रहण म्हणजे काय?... या
सोप्या प्रश्नांची 'बाबांच्या अभ्यास'मध्ये मिळतात.
अशा गावगप्पांमधून तयार झालेला – 'गावरान मेवा'
द.मा. मिरासदारांनी आपल्या खास विनोदीशैलीतून
'चकाट्या' मध्ये मांडला आहे.